Empowering Minds: Strategies for Special Education Students to Master Literacy

చైతన్యపు మనస్సులు: ప్రత్యేక విద్యాభ్యాస విద్యార్థులకు సాక్షరతలో నైపుణ్యం సాధించడానికి వ్యూహాలు

Krishnamacharyulu

Copyright © [2023]

Title: **Empowering Minds: Strategies for Special Education Students to Master Literacy**

Author's: **Krishnamacharyulu**

All rights reserved. No part of this publication may be reproduced, stored in a retrieval system, or transmitted in any form or by any means, electronic, mechanical, photocopying, recording, or otherwise, without the prior written permission of the publisher or author, except in the case of brief quotations embodied in critical reviews and certain other non-commercial uses permitted by copyright law.

This book was printed and published by [Publisher's:**Krishnamacharyulu**] in [2023]

ISBN:

TABLE OF CONTENT

Chapter 1: Foundations of Literacy in Special Education   11

- 1.1. Defining Literacy in the Context of Special Education
- 1.2. Understanding Diverse Learning Needs and Challenges
- 1.3. The Importance of Early Intervention
- 1.4. Building a Strong Foundation with Sensory Integration
- 1.5. Assistive Technology: Tools for Success

Chapter 2: Unlocking the Code: Decoding and Phonics Mastery   21

- 2.1. Explicit Instruction in Phonics Skills and Strategies
- 2.2. Building Sound-Symbol Correspondence and Automaticity
- 2.3. Identifying and Addressing Common Decoding Challenges
- 2.4. Effective Interventions and Strategies for Decoding Mastery
- 2.5. Technology-Assisted Phonics Instruction and Practice

Chapter 3: Reading for Meaning: Comprehension Strategies 31

- 3.1. Pre-Reading Activities: Setting the Stage for Understanding
- 3.2. Prediction, Text Analysis, and Making Connections
- 3.3. Visual Aids and Graphic Organizers for Deeper Comprehension
- 3.4. Cultivating Critical Thinking Skills through Questioning Techniques
- 3.5. Differentiated Instruction and Targeted Strategies for Comprehension Needs

Chapter 4: Expressing Yourself: Writing with Confidence 41

- 4.1. Pre-Writing Strategies: Planning and Organizing Ideas
- 4.2. Building Strong Sentences, Grammar, and Mechanics in Context
- 4.3. Addressing Common Writing Challenges Faced by Special Education Students
- 4.4. Utilizing Technology-Assisted Writing Tools and Strategies
- 4.5. Fostering Creativity and Independence in Writing

Chapter 5: Expanding Horizons: Vocabulary and Language Development   51

5.1. Explicit Vocabulary Instruction: Building a Strong Foundation

5.2. Rich Language Experiences: Fostering Oral Language Development

5.3. Strategies for Building Fluency and Expressive Language Skills

5.4. Addressing Specific Language Challenges and Interventions

5.5. Promoting Lifelong Learning Habits Through Language Enrichment

Chapter 6: Engaging with Texts: Differentiated Reading Instruction   61

6.1. Choosing Appropriate Texts and Leveled Materials

6.2. Scaffolding Reading Tasks and Providing Differentiated Support

6.3. Promoting Independent Reading and Building Confidence

6.4. Fostering a Love of Reading and Exploring Diverse Genres

6.5. Integrating Technology for Independent Reading Practice and Motivation

Chapter 7: Collaboration for Success: Building Effective Partnerships — 71

7.1. The Crucial Roles of Parents, Teachers, and Specialists in Literacy Development

- 7.2. Communication, Collaboration, and Shared Goals for Student Success
- 7.3. Creating a Supportive and Inclusive Learning Environment
- 7.4. Utilizing Family and Community Resources for Literacy Support
- 7.5. Celebrating Successes and Building Strong Partnerships for Lifelong Learning

విషయ సూచిక

అధ్యాయం 1. సాక్షరత యొక్క పునాదులు

1.1. ప్రత్యేక విద్యాభ్యాస నేపథ్యంలో సాక్షరత యొక్క నిర్వచనం
1.2. విభిన్న నేర్చుకోలు అవసరాలు మరియు సవాళ్లను అర్థం చేసుకోవడం
1.3. ప్రారంభ జోక్యం యొక్క ప్రాముఖ్యత
1.4. ఇంద్రియ సమైక్యతతో బలమైన పునాదిని నిర్మించడం
1.5. సహాయక సాంకేతికత: విజయానికి సాధనాలు

అధ్యాయం 2: కోడ్‌ను ఛేదించడం: డీకోడింగ్ మరియు ధ్వని శాస్త్ర నైపుణ్యం

2.1. ధ్వని శాస్త్ర నైపుణ్యాలు మరియు వ్యూహాలలో స్పష్టమైన ఆదేశాలు
2.2. ధ్వని-చిహ్నం సంబంధాన్ని మరియు స్వయంచాలనతను నిర్మించడం
2.3. సాధారణ డీకోడింగ్ సవాళ్లను గుర్తించడం మరియు పరిష్కరించడం
2.4. డీకోడింగ్ నైపుణ్యత కోసం ప్రభావవంతమైన జోక్యాలు మరియు వ్యూహాలు
2.5. టెక్నాలజీ-సహాయక ధ్వని శాస్త్ర బోధన మరియు అభ్యాసం

అధ్యాయం 3. అర్థం కోసం చదవడం: బోధన వ్యూహాలు

3.1. పూర్వ-చదవడం కార్యకలాపాలు: అవగాహనకు వేదికను సిద్ధం చేయడం
3.2. అంచనా, వచన విశ్లేషణ మరియు సంబంధాలు ఏర్పాటు చేయడం
3.3. లోతైన అవగాహన కోసం దృశ్య సహాయకాలు మరియు గ్రాఫిక్ ఆర్గనైజర్లు
3.4. ప్రశ్నించే పద్ధతుల ద్వారా విమర్శనాత్మక ఆలోచన నైపుణ్యాలను పెంపొందించడం
3.5. బోధనలో వైవిధ్యం మరియు అవగాహన అవసరాలకు లక్ష్యంగా ఉన్న వ్యూహాలు

అధ్యాయం 4. స్వీయ వ్యక్తీకరణ: ధైర్యంతో రాయడం

4.1. పూర్వ-రచన వ్యూహాలు: ఆలోచనలను ప్లాన్ చేయడం మరియు నిర్వహించడం
4.2. బలమైన వాక్యాలు, వ్యాకరణం మరియు మెకానిక్లను సందర్భంలో నిర్మించడం
4.3. ప్రత్యేక విద్యాభ్యాస విద్యార్థులు ఎదుర్కొనే సాధారణ రచన సవాళ్లను పరిష్కరించడం
4.4. టెక్నాలజీ-సహాయక రచన సాధనాలు మరియు వ్యూహాల ఉపయోగం
4.5. రచనలో సృజనాత్మకత మరియు స్వాతంత్ర్యాన్ని పెంపొందించడం

అధ్యాయం 5: విస్తృత దృక్పథాలు: పదజాలం మరియు భాషా అభివృద్ధి

5.1. స్పష్టమైన పదజాల బోధన: బలమైన పునాదిని నిర్మించడం
5.2. సుసంపన్నమైన భాషా అనుభవాలు: మాతృభాషా అభివృద్ధిని పెంపొందించడం
5.3. ప్రసాదత మరియు వ్యక్తీకరణ భాషా నైపుణ్యాలను పెంచే వ్యూహాలు
5.4. నిర్దిష్ట భాషా సవాళ్లు మరియు జోక్యాలు
5.5. భాషా పరిపుష్టి ద్వారా జీవితకాల అభ్యసన అలవాట్లను ప్రోత్సహించడం

అధ్యాయం 6: పాఠ్యాలతో నిమగ్నమవ్వడం: వేరుచేసిన పఠన బోధన

6.1. సరైన పాఠ్యాలను మరియు స్థాయిల వస్తువులను ఎంచుకోవడం
6.2. పఠన పనులను సహాయకరంగా నిర్మించడం మరియు వేరుచేసిన మద్దతును అందించడం
6.3. స్వతంత్ర పఠనం మరియు ఆత్మవిశ్వాసం పెంపొందించడం
6.4. పఠనం పట్ల ప్రేమను పెంపొందించడం మరియు విభిన్న శైలులను అన్వేషించడం
6.5. స్వతంత్ర పఠన అభ్యాసం మరియు ప్రేరణ కోసం టెక్నాలజీని సమైకృతం చేయడం

అధ్యాయం 7: విజయానికి సహకారం: ప్రభావవంతమైన భాగస్వామ్యాలను నిర్మించడం

7.1. సాక్షరత అభివృద్ధిలో తల్లిదండ్రులు, ఉపాధ్యాయులు మరియు నిపుణుల కీలక పాత్రలు
7.2. విద్యార్థుల విజయానికి కమ్యూనికేషన్, సహకారం మరియు పంచుకున్న లక్ష్యాలు
7.3. సహాయక మరియు సహా ఉనికి కలిగించే నేర్చుకోలు వాతావరణాన్ని సృష్టించడం
7.4. సాక్షరత మద్దతు కోసం కుటుంబ మరియు సమాజ వనరులను ఉపయోగించడం
7.5. విజయాలను జరుపుకుంటూ జీవితకాల అభ్యసన కోసం బలమైన భాగస్వామ్యాలను నిర్మించడం

Chapter 1: Foundations of Literacy in Special Education

అధ్యాయం 1. సాక్షరత యొక్క పునాదులు

ప్రత్యేక విద్యాభ్యాస నేపథ్యంలో సాక్షరత యొక్క నిర్వచనం

సాక్షరత అనేది ఒక వ్యక్తి తన చుట్టూ ఉన్న ప్రపంచాన్ని అర్థం చేసుకోవడానికి మరియు దానితో సంభాషించడానికి అవసరమైన నైపుణ్యాల సమితి. ఇది సాధారణంగా చదవడం, వ్రాయడం మరియు లెక్కలను కలిగి ఉంటుంది.

ప్రత్యేక విద్యా అవసరాలు ఉన్న (SWD) విద్యార్థులకు, సాక్షరత అనేది ఒక విస్తృతమైన పరికల్పన. ఇది సామాజిక మరియు భావోద్వేగ సామర్థ్యాలను కూడా కలిగి ఉంటుంది, అలాగే విద్యార్థి తన జీవితంలో విజయం సాధించడానికి అవసరమైన అన్ని నైపుణ్యాలను అందిస్తుంది.

ప్రత్యేక విద్యాభ్యాస నేపథ్యంలో సాక్షరత యొక్క నిర్వచనం అనేది ఒక సంక్లిష్టమైన అంశం. దీనికి ఒకే సమాధానం లేదు, ఎందుకంటే ప్రతి విద్యార్థి యొక్క అవసరాలు భిన్నంగా ఉంటాయి. అయినప్పటికీ, ప్రత్యేక విద్యాభ్యాస నేపథ్యంలో సాక్షరత యొక్క కొన్ని ప్రాథమిక అంశాలు ఇక్కడ ఉన్నాయి:

సామర్థ్యం: SWD విద్యార్థులు తరచుగా సాంప్రదాయ సాక్షరత నైపుణ్యాలను నేర్చుకోవడంలో సవాళ్లను ఎదుర్కొంటారు. వీటిలో చదవడం, వ్రాయడం మరియు లెక్కలను అర్థం చేసుకోవడం మరియు ఉపయోగించడం వంటివి ఉన్నాయి.

- అవగాహన: SWD విద్యార్థులు తరచుగా సామాజిక మరియు భావోద్వేగ సామర్థ్యాలను అభివృద్ధి చేయడంలో సవాళ్లను ఎదుర్కొంటారు. వీటిలో ఇతరులతో సంభాషించడం, సమాచారాన్ని అర్థం చేసుకోవడం మరియు సమస్యలను పరిష్కరించడం వంటివి ఉన్నాయి.
- అర్హత: SWD విద్యార్థులు తరచుగా విద్య, ఉపాధి మరియు సమాజంలో పాల్గొనడానికి అవసరమైన నైపుణ్యాలను అభివృద్ధి చేయడంలో సవాళ్లను ఎదుర్కొంటారు.

ప్రత్యేక విద్యాభ్యాస నేపథ్యంలో సాక్షరతను సాధించడానికి, విద్యార్థుల అవసరాలకు అనుగుణంగా పాఠ్యాంశాలు మరియు బోధన పద్ధతులను రూపొందించడం ముఖ్యం. SWD విద్యార్థులకు విజయం సాధించడంలో సహాయపడే కొన్ని నిర్దిష్ట విధానాలు ఇక్కడ ఉన్నాయి:

- వ్యక్తిగతీకరణ: SWD విద్యార్థులందరికీ ఒకే సాధారణ పాఠ్యప్రణాళిక లేదా బోధన పద్ధతి సరిపోదు. విద్యార్థుల అవసరాలకు అనుగుణంగా పాఠ్యాంశాలను మరియు బోధన పద్ధతులను వ్యక్తిగతీకరించడం ముఖ్యం.

విభిన్న నేర్చుకోలు అవసరాలు మరియు సవాళ్లను అర్థం చేసుకోవడం

ప్రతి వ్యక్తి ఒకే విధంగా నేర్చుకోడు. కొంతమంది వ్యక్తులు త్వరగా నేర్చుకుంటారు, మరికొందరు నెమ్మదిగా నేర్చుకుంటారు. కొంతమంది వ్యక్తులు సాంప్రదాయ బోధన పద్ధతులకు బాగా ప్రతిస్పందిస్తారు, మరికొందరు మరింత సృజనాత్మకమైన లేదా ఆచరణాత్మకమైన బోధన పద్ధతులకు బాగా ప్రతిస్పందిస్తారు.

విభిన్న నేర్చుకోలు అవసరాలు అనేది విద్యార్థుల అభ్యాసానికి సంబంధించిన ఏవైనా వ్యత్యాసాలను సూచిస్తుంది. ఈ వ్యత్యాసాలు శారీరక, మానసిక, భావోద్వేగ లేదా సామాజిక కారకాల వల్ల సంభవించవచ్చు.

విభిన్న నేర్చుకోలు అవసరాలు ఉన్న విద్యార్థులు తరచుగా విద్యలో సవాళ్లను ఎదుర్కొంటారు. వారు తరచుగా సాంప్రదాయ బోధన పద్ధతులకు బాగా ప్రతిస్పందించరు మరియు విద్యార్థుల నుండి అంచనా వేసే సాంప్రదాయ పద్ధతుల ద్వారా సరిగ్గా అంచనా వేయబడరు.

విభిన్న నేర్చుకోలు అవసరాలు ఉన్న విద్యార్థులకు విజయం సాధించడంలో సహాయపడటానికి, బోధకులు మరియు ఇతర విద్యావేత్తలు ఈ అవసరాలను అర్థం చేసుకోవడం ముఖ్యం. విభిన్న నేర్చుకోలు అవసరాలు ఉన్న విద్యార్థులకు సహాయపడే కొన్ని నిర్దిష్ట విధానాలు ఇక్కడ ఉన్నాయి:

వ్యక్తిగతీకరణ: విభిన్న నేర్చుకోలు అవసరాలు ఉన్న విద్యార్థులందరికీ ఒకే సాధారణ పాఠ్యప్రణాళిక లేదా బోధన పద్ధతి సరిపోదు. విద్యార్థుల అవసరాలకు అనుగుణంగా

పాఠ్యాంశాలను మరియు బోధన పద్ధతులను వ్యక్తిగతీకరించడం ముఖ్యం.

- సహాయక సాంకేతికత: సహాయక సాంకేతికత అనేది విభిన్న నేర్చుకోలు అవసరాలు ఉన్న విద్యార్థులకు సహాయపడే వివిధ రకాల సాధనాలు మరియు సాఫ్ట్వేర్ను కలిగి ఉంటుంది. సహాయక సాంకేతికత విద్యార్థులకు పాఠ్యాంశాలను అర్థం చేసుకోవడానికి, సమస్యలను పరిష్కరించడానికి మరియు వారి స్వంత నేర్చుకోవడాన్ని నిర్వహించడానికి సహాయపడుతుంది.

- సహాయక బోధన: సహాయక బోధన అనేది విభిన్న నేర్చుకోలు అవసరాలు ఉన్న విద్యార్థులకు సహాయం చేయడానికి శిక్షణ పొందిన బోధకులను ఉపయోగించే విధానం. సహాయక బోధకులు విద్యార్థులకు వారి అవసరాలకు అనుగుణంగా వ్యక్తిగతీకరించబడిన బోధనను అందిస్తారు.

ప్రారంభ జోక్యం యొక్క ప్రాముఖ్యత

ప్రారంభ జోక్యం అనేది ఒక వ్యక్తి తన జీవితంలో తొలి దశల్లోనే వారికి అవసరమైన మద్దతు మరియు సహాయాన్ని అందించే ప్రక్రియ. ఇది శారీరక, మానసిక, భావోద్వేగ లేదా సామాజిక రంగాలలో సవాళ్లను ఎదుర్కొంటున్న పిల్లలకు ప్రత్యేకంగా ఉపయోగకరంగా ఉంటుంది.

ప్రారంభ జోక్యం యొక్క ప్రాముఖ్యతను కింది విధంగా వివరించవచ్చు:

- సమస్యలను నివారించడంలో సహాయపడుతుంది: ప్రారంభ జోక్యం సమస్యలు మరింత తీవ్రంగా మారకుండా నివారించడంలో సహాయపడుతుంది. ఉదాహరణకు, ఒక పిల్లవాడు చదవడంలో ఇబ్బంది పడుతున్నట్లయితే, ప్రారంభ జోక్యం ద్వారా వారి చదవడ సామర్థ్యాన్ని మెరుగుపరచడానికి మరియు తీవ్రమైన చదువు సమస్యలను నివారించడానికి సహాయపడవచ్చు.
- విజయానికి మార్గం సుగమం చేస్తుంది: ప్రారంభ జోక్యం విద్యార్థులకు విజయం సాధించడానికి మార్గం సుగమం చేస్తుంది. ప్రారంభ జోక్యం ద్వారా విద్యార్థులు తమ అవసరాలకు అనుగుణంగా మద్దతు మరియు సహాయాన్ని పొందగలరు, ఇది వారికి విద్య, ఉపాధి మరియు సమాజంలో పాల్గొనడంలో విజయం సాధించడంలో సహాయపడుతుంది.
- ఖర్చులను తగ్గిస్తుంది: ప్రారంభ జోక్యం ఖర్చులను తగ్గించడంలో సహాయపడుతుంది. ప్రారంభ జోక్యం ద్వారా సమస్యలను నివారించడం లేదా తగ్గించడం సాధ్యమైతే, తీవ్రమైన సమస్యలకు చికిత్స చేయడానికి అవసరమైన ఖర్చులను తగ్గించవచ్చు.

ప్రారంభ జోక్యం యొక్క కొన్ని నిర్దిష్ట ఉదాహరణలు ఇక్కడ ఉన్నాయి:

- శారీరక అభివృద్ధిలో ఆలస్యం ఉన్న పిల్లలకు శిక్షణ మరియు సహాయం అందించడం.
- మానసిక ఆరోగ్య సమస్యలను ఎదుర్కొంటున్న పిల్లలకు మద్దతు మరియు చికిత్స అందించడం.
- భావోద్వేగ సవాళ్లను ఎదుర్కొంటున్న పిల్లలకు నైపుణ్యాలను అభివృద్ధి చేయడంలో సహాయపడటం.
- సామాజిక వైకల్యాలు ఉన్న పిల్లలకు అవసరమైన మద్దతు మరియు సహాయాన్ని అందించడం.

ప్రారంభ జోక్యం యొక్క ప్రాముఖ్యతను అర్థం చేసుకోవడం మరియు దీన్ని అవసరమైన పిల్లలకు అందించడానికి ప్రయత్నించడం చాలా ముఖ్యం. ప్రారంభ జోక్యం ద్వారా, మనం పిల్లల జీవితాల్లో ఒక మంచి మార్పును తీసుకురాగలము.

ఇంద్రియ సమైక్యతతో బలమైన పునాదిని నిర్మించడం

ఇంద్రియ సమైక్యత అనేది ఒక వ్యక్తి యొక్క అన్ని ఇంద్రియాల నుండి సమాచారాన్ని సమర్థవంతంగా ప్రాసెస్ చేయగల సామర్థ్యం. ఇది శారీరక, మానసిక, భావోద్వేగ మరియు సామాజిక అభివృద్ధికి ముఖ్యమైనది.

బలమైన ఇంద్రియ సమైక్యత కలిగిన పిల్లలు తమ చుట్టూ ఉన్న ప్రపంచాన్ని మరింత సమర్థవంతంగా అర్థం చేసుకోగలరు. వారు కొత్త నైపుణ్యాలను నేర్చుకోవడానికి మరియు సమస్యలను పరిష్కరించడానికి మరింత సులభంగా ఉంటారు. వారు తమ భావోద్వేగాలను మరింత సమర్థవంతంగా నిర్వహించగలరు మరియు సామాజికంగా కనెక్ట్ అవ్వడానికి మరింత సులభంగా ఉంటారు.

ఇంద్రియ సమైక్యతను అభివృద్ధి చేయడానికి అనేక మార్గాలు ఉన్నాయి. ఇక్కడ కొన్ని చిట్కాలు ఉన్నాయి:

- పిల్లలను వారి ఇంద్రియాల ద్వారా ప్రపంచాన్ని అనుభవించడానికి ప్రోత్సహించండి. వారిని వివిధ రకాల పదార్థాలను తాకడానికి, వివిధ రకాల శబ్దాలను వినడానికి మరియు వివిధ రకాల వాసనలను పీల్చుకోవడానికి ప్రోత్సహించండి.

- పిల్లలకు వేర్వేరు ఇంద్రియాలను ఉపయోగించి సమాచారాన్ని ప్రాసెస్ చేయడానికి సహాయపడే కార్యకలాపాలను అందించండి. ఉదాహరణకు, మీరు పిల్లలకు ఒక కథ చదవవచ్చు మరియు వారిని కథలోని శబ్దాలు, వాసనలు మరియు రుచులను గుర్తించమని అడగవచ్చు.

- పిల్లలకు వారి భావోద్వేగాలను నిర్వహించడంలో సహాయపడే కార్యకలాపాలను అందించండి. ఉదాహరణకు, మీరు పిల్లలతో భావోద్వేగ యోగా లేదా శ్వాస తీసుకోవడం వంటి శ్వాస తీసుకోవడం వంటి శారీరక కార్యకలాపాలను చేయవచ్చు.

ఇంద్రియ సమైక్యతను అభివృద్ధి చేయడానికి సహాయపడే అనేక వనరులు అందుబాటులో ఉన్నాయి. మీరు ఒక భాషా చికిత్సకుడు లేదా ఇతర ఆరోగ్య సంరక్షణ ప్రదాతతో మాట్లాడటం ద్వారా మరింత సమాచారం మరియు మద్దతును పొందవచ్చు.

బలమైన ఇంద్రియ సమైక్యతతో పిల్లలు:

- తమ చుట్టూ ఉన్న ప్రపంచాన్ని మరింత సమర్థవంతంగా అర్థం చేసుకోగలరు.
- కొత్త నైపుణ్యాలను నేర్చుకోవడానికి మరియు సమస్యలను పరిష్కరించడానికి మరింత సులభంగా ఉంటారు.

సహాయక సాంకేతికత: విజయానికి సాధనాలు

సహాయక సాంకేతికత అనేది విభిన్న నేర్చుకోలు అవసరాలు ఉన్న వ్యక్తులకు సహాయపడటానికి రూపొందించబడిన సాంకేతికత. ఇది విద్య, ఉపాధి, సామాజిక జీవితం మరియు ఇతర రంగాలలో విజయం సాధించడంలో వారికి సహాయపడుతుంది.

సహాయక సాంకేతికత అనేక రూపాల్లో వస్తుంది. ఇందులో కిందివి ఉన్నాయి:

సాధనాలు మరియు సాఫ్ట్‌వేర్: సహాయక సాంకేతికతలో టెక్స్ట్-టు-స్పీచ్, స్పీచ్-టు-టెక్స్ట్, స్క్రీన్ రీడర్లు, టైప్‌రాయిటర్‌లు, డైరీలు మరియు ఇతర సాధనాలు మరియు సాఫ్ట్‌వేర్ ఉన్నాయి. ఈ సాధనాలు విభిన్న నేర్చుకోలు అవసరాలు ఉన్న వ్యక్తులకు సమాచారాన్ని అర్థం చేసుకోవడానికి మరియు ప్రాసెస్ చేయడానికి సహాయపడతాయి.

అనుకూలీకరణ: సహాయక సాంకేతికతను అవసరమైన విధంగా అనుకూలీకరించవచ్చు. ఉదాహరణకు, ఒక టెక్స్ట్-టు-స్పీచ్ సాధనాన్ని టైప్ చేయడానికి కష్టపడే వ్యక్తికి అనుకూలీకరించవచ్చు.

విస్తరణ: సహాయక సాంకేతికతను విస్తరించవచ్చు. ఉదాహరణకు, ఒక స్క్రీన్ రీడర్‌ను ఇతర భాషలను చదవడానికి లేదా అదనపు సమాచారాన్ని అందించడానికి విస్తరించవచ్చు.

సహాయక సాంకేతికత విభిన్న నేర్చుకోలు అవసరాలు ఉన్న వ్యక్తులకు అనేక ప్రయోజనాలను అందిస్తుంది. ఇది వారికి:

- విద్యలో విజయం సాధించడంలో సహాయపడుతుంది. సహాయక సాంకేతికత విభిన్న నేర్చుకోలు అవసరాలు ఉన్న వ్యక్తులకు పాఠ్యాంశాలను అర్థం చేసుకోవడానికి మరియు ప్రాసెస్ చేయడానికి సహాయపడుతుంది.

- ఉపాధి పొందడంలో సహాయపడుతుంది. సహాయక సాంకేతికత విభిన్న నేర్చుకోలు అవసరాలు ఉన్న వ్యక్తులకు ఉపాధి పొందడానికి మరియు నిలుపుకోవడానికి సహాయపడుతుంది.

- సామాజిక జీవితంలో పాల్గొనడంలో సహాయపడుతుంది. సహాయక సాంకేతికత విభిన్న నేర్చుకోలు అవసరాలు ఉన్న వ్యక్తులకు సామాజికంగా కనెక్ట్ అవడానికి మరియు వారి సమాజంలో పాల్గొనడానికి సహాయపడుతుంది.

Chapter 2: Unlocking the Code: Decoding and Phonics Mastery

అధ్యాయం 2: కోడ్‌ను ఛేదించడం: డీకోడింగ్ మరియు ధ్వని శాస్త్ర నైపుణ్యం

ధ్వని శాస్త్ర నైపుణ్యాలు మరియు వ్యూహాలలో స్పష్టమైన ఆదేశాలు

ధ్వని శాస్త్రం అనేది భాషలో ధ్వనుల అధ్యయనం. ఇది ఒక ముఖ్యమైన విషయం, ఎందుకంటే ఇది భాషను సమర్థవంతంగా ఉపయోగించడానికి మనకు అవసరమైన నైపుణ్యాలను అందిస్తుంది.

ధ్వని శాస్త్ర నైపుణ్యాలు మరియు వ్యూహాలను మెరుగుపరచడానికి అనేక మార్గాలు ఉన్నాయి. ఇక్కడ కొన్ని స్పష్టమైన ఆదేశాలు ఉన్నాయి:

- ధ్వనులను వినండి: ధ్వని శాస్త్రం యొక్క ప్రాథమికమైన దశ ధ్వనులను వినడం. మీరు ధ్వనులను వినడం నేర్చుకున్న తర్వాత, మీరు వాటిని వేరు చేయడం మరియు వాటిని వివరించడం ప్రారంభించవచ్చు.

- ధ్వనులను ఉత్పత్తి చేయండి: ధ్వని శాస్త్రం యొక్క మరొక ముఖ్యమైన అంశం ధ్వనులను ఉత్పత్తి చేయడం. మీరు ధ్వనులను ఉత్పత్తి చేయడం నేర్చుకున్న తర్వాత, మీరు వాటిని సరిగ్గా ఉత్పత్తి చేయడంపై పని చేయవచ్చు.

- ధ్వనులను అర్థం చేసుకోండి: ధ్వని శాస్త్రం యొక్క చివరి దశ ధ్వనులను అర్థం చేసుకోవడం. మీరు ధ్వనులను అర్థం

చేసుకోవడం నేర్చుకున్న తర్వాత, మీరు వాటిని భాషలో ఎలా ఉపయోగించాలో తెలుసుకోవచ్చు.

ధ్వని శాస్త్ర నైపుణ్యాలను మెరుగుపరచడానికి కొన్ని నిర్దిష్ట కార్యకలాపాలు ఇక్కడ ఉన్నాయి:

- ధ్వనులను వినడానికి మరియు వేరు చేయడానికి క్రింది కార్యకలాపాలను ప్రయత్నించండి:
  - ధ్వనులను మరియు వాటి మధ్య తేడాలను వినడానికి ఒక ధ్వని గుర్తింపు టెస్ట్ తీసుకోండి.
  - ధ్వనులను వేరు చేయడానికి మీ స్నేహితులు లేదా కుటుంబ సభ్యులతో ఆటలు లేదా కార్యకలాపాలను ఆడండి.
- ధ్వనులను ఉత్పత్తి చేయడానికి మరియు సరిగ్గా ఉత్పత్తి చేయడానికి క్రింది కార్యకలాపాలను ప్రయత్నించండి:
  - ఒక ధ్వని శాస్త్ర ట్యూటర్ లేదా భాషా చికిత్సకుడితో పని చేయండి.
  - ధ్వనులను ఉత్పత్తి చేయడానికి మరియు సరిగ్గా ఉత్పత్తి చేయడానికి ఆన్‌లైన్ లేదా పుస్తకాలలో ఉన్న వ్యాయామాలను చేయండి.
- ధ్వనులను అర్థం చేసుకోవడానికి క్రింది కార్యకలాపాలను ప్రయత్నించండి:
  - ధ్వనులను అర్థం చేసుకోవడానికి మీకు సహాయపడే పాఠాలు లేదా వ్యాయామాలను చదవండి లేదా చేయండి.

ధ్వని-చిహ్నం సంబంధాన్ని మరియు స్వయంచాలనతను నిర్మించడం

ధ్వని-చిహ్నం సంబంధం అనేది ఒక భాషలోని ఒక ధ్వని (ఫోనెమ్) మరియు దాని అర్థానికి (సెమాన్స్) మధ్య ఉన్న సంబంధం. స్వయంచాలనత అనేది ఒక వ్యక్తి ఏదైనా పనిని స్వయంగా చేయగల సామర్థ్యం.

ధ్వని-చిహ్నం సంబంధం మరియు స్వయంచాలనత రెండూ భాషను నేర్చుకోవడంలో ముఖ్యమైనవి. ధ్వని-చిహ్నం సంబంధం స్థిరంగా ఉంటే, పిల్లలు ఒక ధ్వనిని విన్నప్పుడు దానికి సంబంధించిన అర్థాన్ని త్వరగా అర్థం చేసుకోగలుగుతారు. స్వయంచాలనత పెరిగితే, పిల్లలు కొత్త శబ్దాలు మరియు పదాలను నేర్చుకోవడం మరింత సులభం అవుతుంది.

ధ్వని-చిహ్నం సంబంధాన్ని మరియు స్వయంచాలనతను నిర్మించడానికి అనేక మార్గాలు ఉన్నాయి. ఇక్కడ కొన్ని చిట్కాలు ఉన్నాయి:

- ధ్వనులను వినండి: ధ్వని-చిహ్నం సంబంధాన్ని నిర్మించడానికి మొదటి దశ ధ్వనులను వినడం. పిల్లలను వివిధ రకాల శబ్దాలను వినడానికి ప్రోత్సహించండి.
- ధ్వనులను గుర్తించండి: ధ్వనులను వినడానికి పిల్లలు నేర్చుకున్న తర్వాత, మీరు వాటిని గుర్తించడంపై పని చేయవచ్చు. ధ్వనులను గుర్తించడానికి టెస్ట్‌లు లేదా ఆటలను ఉపయోగించవచ్చు.
- ధ్వనులను ఉత్పత్తి చేయండి: ధ్వనులను గుర్తించడం నేర్చుకున్న తర్వాత, మీరు వాటిని ఉత్పత్తి చేయడంపై పని

చేయవచ్చు. ధ్వనులను ఉత్పత్తి చేయడానికి సహాయపడే వ్యాయామాలు లేదా కార్యకలాపాలను కనుగొనండి.

- ధ్వనులను అర్థం చేసుకోండి: ధ్వనులను ఉత్పత్తి చేయడం నేర్చుకున్న తర్వాత, మీరు వాటిని అర్థం చేసుకోవడంపై పని చేయవచ్చు. ధ్వనులను అర్థం చేసుకోవడానికి సహాయపడే పాఠాలు లేదా వ్యాయామాలను కనుగొనండి.

స్వయంచాలనతను పెంచడానికి కూడా అనేక మార్గాలు ఉన్నాయి. ఇక్కడ కొన్ని చిట్కాలు ఉన్నాయి:

- పిల్లలను ప్రోత్సహించండి: పిల్లలు కొత్త శబ్దాలు మరియు పదాలను నేర్చుకోవడానికి ప్రయత్నించినప్పుడు వారిని ప్రోత్సహించండి.

సాధారణ డీకోడింగ్ సవాళ్లను గుర్తించడం మరియు పరిష్కరించడం

డీకోడింగ్ అనేది ఒక వ్యక్తి ఒక రాసిన భాషను అర్థం చేసుకోవడానికి ఉపయోగించే ప్రక్రియ. ఇది ఒక ముఖ్యమైన నైపుణ్యం, ఎందుకంటే ఇది విద్య, ఉపాధి మరియు సామాజిక జీవితంలో విజయం సాధించడానికి అవసరం.

పిల్లలు డీకోడింగ్ నేర్చుకోవడంలో ఇబ్బంది పడుతున్నప్పుడు, వారిని సహాయం చేయడానికి అనేక విధాలు ఉన్నాయి. మొదట, సమస్య యొక్క మూలాన్ని గుర్తించడం ముఖ్యం. సాధారణ డీకోడింగ్ సవాళ్లలో కొన్ని ఇక్కడ ఉన్నాయి:

శబ్దాలను గుర్తించడంలో ఇబ్బంది: పిల్లలు ఒక శబ్దాన్ని విన్నప్పుడు దాని అక్షరాన్ని గుర్తించడంలో ఇబ్బంది పడుతుంటే, ఈ సవాళ్లను పరిష్కరించడానికి ధ్వని శాస్త్రం కార్యకలాపాలు సహాయపడతాయి.

శబ్దాలను కలిపి పదాలుగా చేయడంలో ఇబ్బంది: పిల్లలు ఒక శబ్దాన్ని మరొక శబ్దంతో కలిపి ఒక పదాన్ని చేయడంలో ఇబ్బంది పడుతుంటే, ఈ సవాళ్లను పరిష్కరించడానికి పద రూపాల కార్యకలాపాలు సహాయపడతాయి.

పదాల అర్థాన్ని అర్థం చేసుకోవడంలో ఇబ్బంది: పిల్లలు ఒక పదం యొక్క అర్థాన్ని అర్థం చేసుకోవడంలో ఇబ్బంది పడుతుంటే, ఈ సవాళ్లను పరిష్కరించడానికి పద అర్థాల కార్యకలాపాలు సహాయపడతాయి.

సాధారణ డీకోడింగ్ సవాళ్లను పరిష్కరించడానికి కొన్ని నిర్దిష్ట చిట్కాలు ఇక్కడ ఉన్నాయి:

పిల్లలను వినండి: పిల్లలు ఏ సమస్యలను ఎదుర్కొంటున్నారో తెలుసుకోవడానికి వారిని వినడం ముఖ్యం.

పిల్లలకు సమయం ఇవ్వండి: డీకోడింగ్ అనేది సమయం తీసుకునే నైపుణ్యం. పిల్లలను ఓపికగా ఉండమని మరియు తమ స్వంత గమ్యాన్ని చేరుకోవడానికి సమయం ఇవ్వమని ప్రోత్సహించండి.

పిల్లలను ప్రోత్సహించండి: పిల్లలు ఏదైనా సానుకూల పురోగతి సాధించినప్పుడు వారిని ప్రోత్సహించండి. ఇది వారిని డీకోడింగ్‌ను నేర్చుకోవడానికి మరింత ఉత్సాహపరుస్తుంది.

పిల్లలు డీకోడింగ్ నేర్చుకోవడంలో ఇబ్బంది పడుతుంటే, భాషా చికిత్సకుడు లేదా ఇతర విద్యా నిపుణుడు సహాయం చేయగలడు. వారు సమస్య యొక్క మూలాన్ని నిర్ధారించడంలో మరియు పిల్లలకు సరైన సహాయాన్ని అందించడంలో సహాయపడగలరు.

డీకోడింగ్ నైపుణ్యత కోసం ప్రభావవంతమైన జోక్యాలు మరియు వ్యూహాలు

డీకోడింగ్ అనేది ఒక వ్యక్తి ఒక రాసిన భాషను అర్థం చేసుకోవడానికి ఉపయోగించే ప్రక్రియ. ఇది ఒక ముఖ్యమైన నైపుణ్యం, ఎందుకంటే ఇది విద్య, ఉపాధి మరియు సామాజిక జీవితంలో విజయం సాధించడానికి అవసరం.

పిల్లలు డీకోడింగ్ నైపుణ్యాలను అభివృద్ధి చేయడానికి సహాయపడే అనేక జోక్యాలు మరియు వ్యూహాలు ఉన్నాయి. ఇక్కడ కొన్ని ప్రభావవంతమైనవి ఉన్నాయి:

శబ్దాలను గుర్తించడం

డీకోడింగ్ యొక్క మొదటి దశ శబ్దాలను గుర్తించడం. పిల్లలు ఒక శబ్దాన్ని విన్నప్పుడు దాని అక్షరాన్ని గుర్తించగలరని నిర్ధారించుకోండి. దీన్ని చేయడానికి, మీరు ఈ క్రింది జోక్యాలు మరియు వ్యూహాలను ఉపయోగించవచ్చు:

- శబ్దాలను ఉత్పత్తి చేయడానికి పిల్లలను ప్రోత్సహించండి. ఉదాహరణకు, "/m/" శబ్దాన్ని ఉత్పత్తి చేయడానికి వారిని ఆహ్వానించండి.
- శబ్దాలను నామకరణం చేయడానికి పిల్లలను ప్రోత్సహించండి. ఉదాహరణకు, "/m/" శబ్దం ఏది?
- శబ్దాలను గుర్తించడానికి పిల్లలను ప్రోత్సహించండి. ఉదాహరణకు, "/m/" శబ్దం ఉన్న పదం ఏది?

శబ్దాలను కలిపి పదాలుగా చేయడం

శబ్దాలను గుర్తించడం నేర్చుకున్న తర్వాత, పిల్లలు శబ్దాలను కలిపి పదాలుగా చేయడం నేర్చుకోవాలి. దీన్ని చేయడానికి, మీరు ఈ క్రింది జోక్యాలు మరియు వ్యూహాలను ఉపయోగించవచ్చు:

- పిల్లలను శబ్దాలను ఒకదాని వెనుక ఒకటి పలకమని అడగండి. ఉదాహరణకు, "/m/ /a/ /t/" శబ్దాలను ఒకదాని వెనుక ఒకటి పలకండి.

- పిల్లలను శబ్దాలను కలిపి పదాలుగా చేయమని అడగండి. ఉదాహరణకు, "/m/ /a/ /t/" ఏమిటి?

- పిల్లలను పదాలను విడదీసి శబ్దాలను గుర్తించమని అడగండి. ఉదాహరణకు, "మాట్" లో ఏమి ఉన్నాయి?

టెక్నాలజీ-సహాయక ధ్వని శాస్త్ర బోధన మరియు అభ్యాసం

ధ్వని శాస్త్రం అనేది భాషలోని శబ్దాల అధ్యయనం. ఇది ఒక ముఖ్యమైన నైపుణ్యం, ఎందుకంటే ఇది పఠనం మరియు రచనను నేర్చుకోవడానికి అవసరం.

టెక్నాలజీ ధ్వని శాస్త్ర బోధన మరియు అభ్యాసాన్ని మెరుగుపరచడానికి అనేక మార్గాలను అందిస్తుంది. ఇది విద్యార్థులకు శబ్దాలను వినడానికి, గుర్తించడానికి మరియు ఉత్పత్తి చేయడానికి సహాయపడే వనరులను అందిస్తుంది.

టెక్నాలజీ-సహాయక ధ్వని శాస్త్ర బోధన మరియు అభ్యాసానికి కొన్ని ఉదాహరణలు ఇక్కడ ఉన్నాయి:

- శబ్దాలను వినడానికి మరియు గుర్తించడానికి శబ్ద రికార్డింగ్లు మరియు గ్రాఫ్లు: ఈ వనరులు విద్యార్థులకు శబ్దాలను వినడానికి మరియు వాటి మధ్య తేడాలను గుర్తించడానికి సహాయపడతాయి.

- శబ్దాలను ఉత్పత్తి చేయడానికి శబ్ద రికార్డింగ్లు మరియు ఆటలు: ఈ వనరులు విద్యార్థులకు శబ్దాలను సరిగ్గా ఉత్పత్తి చేయడంలో సహాయపడతాయి.

- శబ్దాలను గుర్తించడానికి మరియు ఉత్పత్తి చేయడానికి వ్యక్తిగతీకరించిన శిక్షణ: ఈ వనరులు విద్యార్థుల ప్రత్యేక అవసరాలను తీర్చడానికి సహాయపడతాయి.

టెక్నాలజీ-సహాయక ధ్వని శాస్త్ర బోధన మరియు అభ్యాసం విద్యార్థులకు ఈ క్రింది ప్రయోజనాలను అందిస్తుంది:

- శబ్దాలను మరింత సమర్థవంతంగా నేర్చుకోవడానికి సహాయపడుతుంది.
- శబ్దాలను గుర్తించడానికి మరియు ఉత్పత్తి చేయడానికి సహాయపడుతుంది.
- విద్యార్థుల ప్రత్యేక అవసరాలను తీర్చడానికి సహాయపడుతుంది.

టెక్నాలజీ-సహాయక ధ్వని శాస్త్ర బోధన మరియు అభ్యాసం ఒక ముఖ్యమైన సాధనం, ఇది విద్యార్థులకు ధ్వని శాస్త్ర నైపుణ్యాలను అభివృద్ధి చేయడంలో సహాయపడుతుంది.

Chapter 3: Reading for Meaning: Comprehension Strategies

అధ్యాయం 3. అర్థం కోసం చదవడం: బోధన వ్యూహాలు

పూర్వ-చదవడం కార్యకలాపాలు: అవగాహనకు వేదికను సిద్ధం చేయడం

పూర్వ-చదవడం కార్యకలాపాలు అనేవి పాఠాన్ని చదవడానికి ముందు పిల్లలను సిద్ధం చేయడానికి ఉపయోగించే కార్యకలాపాలు. ఈ కార్యకలాపాలు పిల్లలకు పాఠం గురించి ముందస్తు జ్ఞానాన్ని అందిస్తాయి మరియు వారిని పాఠాన్ని అర్థం చేసుకోవడానికి మరింత సిద్ధంగా ఉంచుతాయి.

పూర్వ-చదవడం కార్యకలాపాలు వివిధ రకాలుగా ఉండవచ్చు. కొన్ని సాధారణ ఉదాహరణలు ఇక్కడ ఉన్నాయి:

పాఠం యొక్క శీర్షిక మరియు చిత్రాలను పరిశీలించడం: ఈ కార్యకలాపం పిల్లలకు పాఠం గురించి కొన్ని ఆలోచనలను ఇస్తుంది.

పాఠం యొక్క ప్రధాన అంశాలను ఊహించడం: ఈ కార్యకలాపం పిల్లలను పాఠం గురించి ఆలోచించడానికి మరియు వారి స్వంత ఊహలను రూపొందించడానికి ప్రోత్సహిస్తుంది.

పాఠం యొక్క పదాలను పరిచయం చేయడం: ఈ కార్యకలాపం పిల్లలకు పాఠంలోని కొత్త పదాలను అర్థం చేసుకోవడంలో సహాయపడుతుంది.

పాఠం యొక్క భాషా నిర్మాణాలను పరిచయం చేయడం: ఈ కార్యకలాపం పిల్లలకు పాఠంలోని కొత్త భాషా నిర్మాణాలను అర్థం చేసుకోవడంలో సహాయపడుతుంది.

పూర్వ-చదవడం కార్యకలాపాలు పిల్లలకు పాఠాన్ని అర్థం చేసుకోవడంలో అనేక ప్రయోజనాలను అందిస్తాయి. ఈ కార్యకలాపాలు:

పిల్లలకు పాఠం గురించి ముందస్తు జ్ఞానాన్ని అందిస్తాయి.

పిల్లలను పాఠాన్ని అర్థం చేసుకోవడానికి మరింత సిద్ధంగా ఉంచుతాయి.

పిల్లలకు పాఠంలోని కొత్త పదాలు మరియు భాషా నిర్మాణాలను అర్థం చేసుకోవడంలో సహాయపడతాయి.

పిల్లలకు పాఠంపై ఆసక్తిని పెంచుతాయి.

పూర్వ-చదవడం కార్యకలాపాలను ఎంచుకోవడానికి, పాఠం యొక్క లక్ష్యాలను పరిగణనలోకి తీసుకోవడం ముఖ్యం. పాఠం యొక్క ప్రధాన అంశాలను పరిచయం చేయడానికి లేదా పిల్లలకు పాఠంలోని కొత్త పదాలు మరియు భాషా నిర్మాణాలను అర్థం చేసుకోవడంలో సహాయపడటానికి కార్యకలాపాలు రూపొందించబడ్డాయి.

అంచనా, వచన విశ్లేషణ మరియు సంబంధాలు ఏర్పాటు చేయడం

అంచనా అనేది ఏదైనా స్థితిని లేదా ప్రక్రియను విశ్లేషించి దాని నాణ్యత లేదా విలువను నిర్ణయించే ప్రక్రియ. వచన విశ్లేషణ అనేది వచనం యొక్క అర్థాన్ని అర్థం చేసుకోవడానికి మరియు అర్థం చేసుకోవడానికి దానిని విభజించడం మరియు అధ్యయనం చేయడం. సంబంధాలు ఏర్పాటు చేయడం అనేది రెండు లేదా అంతకంటే ఎక్కువ వస్తువులు లేదా భావనల మధ్య సంబంధాలను గుర్తించడం మరియు అర్థం చేసుకోవడం.

ఈ మూడు భాగాలు కలిసి పనిచేస్తాయి మరియు పఠనం మరియు రచనలో అవగాహనను అభివృద్ధి చేయడంలో ముఖ్యమైనవి.

అంచనా

అంచనా అనేది పఠనం మరియు రచనలో అవగాహనను అభివృద్ధి చేయడంలో మొదటి మెట్టు. పిల్లలు పాఠాన్ని లేదా వచనాన్ని అర్థం చేసుకోవడానికి ముందు, వారు దాని స్థితిని లేదా విలువను అంచనా వేయాలి. ఇది పాఠం యొక్క ప్రధాన అంశాలను గుర్తించడం, పాఠం యొక్క రచయిత యొక్క ఉద్దేశ్యాన్ని అర్థం చేసుకోవడం మరియు పాఠం యొక్క ప్రాముఖ్యతను అర్థం చేసుకోవడం వంటి వాటిని కలిగి ఉంటుంది.

వచన విశ్లేషణ

అంచనా తర్వాత, పిల్లలు పాఠాన్ని లేదా వచనాన్ని మరింత లోతుగా అధ్యయనం చేయడానికి వచన విశ్లేషణకు మారవచ్చు. వచన విశ్లేషణ అనేది వచనం యొక్క అర్థాన్ని అర్థం చేసుకోవడానికి మరియు అర్థం చేసుకోవడానికి దానిని విభజించడం మరియు అధ్యయనం చేయడం. ఇది పాఠం యొక్క భాషను అధ్యయనం చేయడం, పాఠం యొక్క భావోద్వేగాలను అర్థం చేసుకోవడం మరియు పాఠం యొక్క సందేశాన్ని అర్థం చేసుకోవడం వంటి వాటిని కలిగి ఉంటుంది.

సంబంధాలు ఏర్పాటు చేయడం

చివరగా, పిల్లలు పాఠం లేదా వచనం యొక్క అర్థాన్ని అర్థం చేసుకోవడానికి మరియు అర్థం చేసుకోవడానికి సంబంధాలు ఏర్పాటు చేయడానికి ఉపయోగించవచ్చు. సంబంధాలు ఏర్పాటు చేయడం అనేది రెండు లేదా అంతకంటే ఎక్కువ వస్తువులు లేదా భావనల మధ్య సంబంధాలను గుర్తించడం మరియు అర్థం చేసుకోవడం.

లోతైన అవగాహన కోసం దృశ్య సహాయకాలు మరియు గ్రాఫిక్ ఆర్గనైజర్లు

దృశ్య సహాయకాలు మరియు గ్రాఫిక్ ఆర్గనైజర్లు అనేవి సమాచారాన్ని చిత్రీకరించడానికి ఉపయోగించే సాధనాలు. అవి విద్యార్థులకు లోతైన అవగాహనను అభివృద్ధి చేయడంలో సహాయపడతాయి.

దృశ్య సహాయకాలు అనేవి చిత్రాలు, చిత్రాలు, మ్యాప్‌లు మరియు డయాగ్రామ్‌లు వంటివి. అవి సమాచారాన్ని చిత్రీకరించడానికి మరియు దానిని మరింత సులభంగా అర్థం చేసుకోవడానికి సహాయపడతాయి. ఉదాహరణకు, ఒక భౌగోళిక చిత్రం విద్యార్థులకు ఒక ప్రాంతం యొక్క భౌగోళిక లక్షణాలను అర్థం చేసుకోవడంలో సహాయపడుతుంది.

గ్రాఫిక్ ఆర్గనైజర్లు అనేవి టెక్స్ట్‌ను చిత్రీకరించడానికి ఉపయోగించే సాధనాలు. అవి సమాచారాన్ని వర్గీకరించడానికి మరియు దాని మధ్య సంబంధాలను చూపించడానికి సహాయపడతాయి. ఉదాహరణకు, ఒక చిత్రం విద్యార్థులకు ఒక ప్రాంతం యొక్క భౌగోళిక లక్షణాలను అర్థం చేసుకోవడంలో సహాయపడుతుంది.

దృశ్య సహాయకాలు మరియు గ్రాఫిక్ ఆర్గనైజర్లు విద్యార్థులకు లోతైన అవగాహనను అభివృద్ధి చేయడంలో సహాయపడే అనేక మార్గాల్లో ఉపయోగించవచ్చు. అవి:

సమాచారాన్ని గుర్తుంచుకోవడానికి సహాయపడతాయి. దృశ్య సహాయకాలు మరియు గ్రాఫిక్ ఆర్గనైజర్లు సమాచారాన్ని మరింత సమర్థవంతంగా గుర్తుంచుకోవడంలో విద్యార్థులకు సహాయపడతాయి. చిత్రాలు మరియు చిత్రాలు మెదడుకు

సమాచారాన్ని మరింత శక్తివంతంగా ప్రాసెస్ చేయడంలో సహాయపడతాయి.

- సమాచారాన్ని అర్థం చేసుకోవడానికి సహాయపడతాయి. దృశ్య సహాయకాలు మరియు గ్రాఫిక్ ఆర్గనైజర్లు సమాచారాన్ని మరింత సులభంగా అర్థం చేసుకోవడంలో విద్యార్థులకు సహాయపడతాయి. అవి సమాచారాన్ని వర్గీకరించడానికి మరియు దాని మధ్య సంబంధాలను చూపించడానికి సహాయపడతాయి.

- సమాచారాన్ని సృజనాత్మకంగా ఉపయోగించడానికి సహాయపడతాయి. దృశ్య సహాయకాలు మరియు గ్రాఫిక్ ఆర్గనైజర్లు విద్యార్థులకు సమాచారాన్ని సృజనాత్మకంగా ఉపయోగించడంలో సహాయపడతాయి. అవి విద్యార్థులకు సమాచారాన్ని వివిధ మార్గాల్లో ప్రదర్శించడానికి మరియు ప్రాసెస్ చేయడానికి సహాయపడతాయి.

ప్రశ్నించే పద్ధతుల ద్వారా విమర్శనాత్మక ఆలోచన నైపుణ్యాలను పెంపొందించడం

విమర్శనాత్మక ఆలోచన అనేది సమాచారాన్ని విశ్లేషించడం, సమస్యలను పరిష్కరించడం మరియు నిర్ణయాలు తీసుకోవడం. ఇది ఒక ముఖ్యమైన నైపుణ్యం, ఎందుకంటే ఇది విద్యార్థులకు వారి చుట్టూ ఉన్న ప్రపంచాన్ని అర్థం చేసుకోవడానికి మరియు వారి జీవితంలో సానుకూల మార్పులను తీసుకురావడానికి సహాయపడుతుంది.

ప్రశ్నించే పద్ధతులు విమర్శనాత్మక ఆలోచనను అభివృద్ధి చేయడంలో ఒక ముఖ్యమైన సాధనం. ప్రశ్నలు విద్యార్థులను సమాచారాన్ని మరింత లోతుగా పరిశీలించడానికి మరియు దానిపై ఆలోచించడానికి ప్రోత్సహిస్తాయి. అవి విద్యార్థులను విభిన్న దృక్కోణాలను పరిగణించడానికి మరియు వారి స్వంత అభిప్రాయాలను రూపొందించడానికి సహాయపడతాయి.

ప్రశ్నించే పద్ధతుల ద్వారా విమర్శనాత్మక ఆలోచన నైపుణ్యాలను పెంపొందించడానికి, ఉపాధ్యాయులు విద్యార్థులకు వివిధ రకాల ప్రశ్నలను అడగడం నేర్పించాలి. ఈ ప్రశ్నలు విద్యార్థులను సమాచారాన్ని అర్థం చేసుకోవడానికి, విశ్లేషించడానికి మరియు సమీక్షించడానికి ప్రోత్సహించాలి.

విమర్శనాత్మక ఆలోచనను అభివృద్ధి చేయడంలో సహాయపడే కొన్ని ప్రశ్నించే పద్ధతులు:

సమాచారాన్ని అర్థం చేసుకోవడానికి:

"ఈ సమాచారం ఏమి చెబుతోంది?"

- o "ఈ సమాచారం యొక్క ప్రధాన పాయింట్ ఏమిటి?"
- o "ఈ సమాచారం ఎందుకు ముఖ్యం?"
- సమాచారాన్ని విశ్లేషించడానికి:
- o "ఈ సమాచారం ఏవైనా పక్షపాతాలను కలిగి ఉందా?"
- o "ఈ సమాచారం యొక్క ఆధారాలు ఏమిటి?"
- o "ఈ సమాచారం యొక్క పరిమితులు ఏమిటి?"
- సమాచారాన్ని సమీక్షించడానికి:
- o "ఈ సమాచారం యొక్క ప్రత్యామ్నాయ వివరణలు ఏమిటి?"
- o "ఈ సమాచారం యొక్క అర్థం ఏమిటి?"
- o "ఈ సమాచారం నాకు ఎలా ఉపయోగపడుతుంది?"

ఉపాధ్యాయులు విద్యార్థులను ఈ ప్రశ్నలను తమ స్వంతంగా అడగడానికి ప్రోత్సహించాలి. వారు విద్యార్థులను ప్రశ్నించడానికి ప్రోత్సహించడానికి వివిధ కార్యకలాపాలను ఉపయోగించవచ్చు, వీటిలో:

- బృంద చర్చలు: విద్యార్థులను ఒక సమస్య లేదా సమస్యపై బృందాలలో చర్చించడానికి ప్రోత్సహించండి.

బోధనలో వైవిధ్యం మరియు అవగాహన అవసరాలకు లక్ష్యంగా ఉన్న వ్యూహాలు

బోధనలో వైవిధ్యం అనేది విద్యార్థుల విభిన్న అవసరాలకు మరియు ప్రత్యేకతలకు అనుగుణంగా బోధనను రూపొందించడం. ఇది విద్యార్థులందరికీ విజయం సాధించడానికి అవకాశం కల్పిస్తుంది.

అవగాహన అవసరాలు అనేవి విద్యార్థులకు సమాచారాన్ని అర్థం చేసుకోవడానికి మరియు ప్రాసెస్ చేయడానికి అవసరమైన నైపుణ్యాలు మరియు సామర్థ్యాలు. వీటిలో చదువు, వ్రాత, అంకగణితం, సమస్య పరిష్కారం మరియు సృజనాత్మకత వంటి నైపుణ్యాలు ఉన్నాయి.

బోధనలో వైవిధ్యం మరియు అవగాహన అవసరాలకు లక్ష్యంగా ఉన్న వ్యూహాలు విద్యార్థులకు వివిధ మార్గాల్లో నేర్చుకోవడానికి మరియు ప్రదర్శించడానికి అనుమతిస్తాయి. ఈ వ్యూహాలు విద్యార్థులందరికీ విజయం సాధించడానికి అవకాశం కల్పిస్తాయి, అవి ఏ అవగాహన అవసరాలను కలిగి ఉన్నప్పటికీ.

బోధనలో వైవిధ్యం మరియు అవగాహన అవసరాలకు లక్ష్యంగా ఉన్న కొన్ని వ్యూహాలు:

- వివిధ బోధనా వనరులను ఉపయోగించండి. వీటిలో పుస్తకాలు, వెబ్‌సైట్‌లు, వీడియోలు, ఆడియో రికార్డింగ్‌లు మరియు గేమ్‌లు ఉన్నాయి. వివిధ బోధనా వనరులను ఉపయోగించడం విద్యార్థులకు సమాచారాన్ని వివిధ మార్గాల్లో అందించడానికి సహాయపడుతుంది.

- వివిధ విద్యా ప్రక్రియలను ఉపయోగించండి. వీటిలో పాఠాలు, చర్చలు, ప్రాజెక్ట్లు, సమూహ పని మరియు ఫీల్డ్ ట్రిప్లు ఉన్నాయి. వివిధ విద్యా ప్రక్రియలను ఉపయోగించడం విద్యార్థులకు సమాచారాన్ని వివిధ మార్గాల్లో ప్రాసెస్ చేయడానికి సహాయపడుతుంది.

- వివిధ అంచనా పద్ధతులను ఉపయోగించండి. వీటిలో పరీక్షలు, రాయడం, ప్రాజెక్ట్లు, మౌఖిక ప్రదర్శనలు మరియు వ్యక్తిగతీకరించిన అంచనాలు ఉన్నాయి. వివిధ అంచనా పద్ధతులను ఉపయోగించడం విద్యార్థులకు వారి అవగాహనను వివిధ మార్గాల్లో ప్రదర్శించడానికి అనుమతిస్తుంది.

బోధనలో వైవిధ్యం మరియు అవగాహన అవసరాలను పరిగణనలోకి తీసుకోవడం ముఖ్యం, ఎందుకంటే ఇది విద్యార్థులందరికీ విజయం సాధించడానికి అవకాశం కల్పిస్తుంది.

Chapter 4: Expressing Yourself: Writing with Confidence

అధ్యాయం 4. స్వీయ వ్యక్తీకరణ: ధైర్యంతో రాయడం

పూర్వ-రచన వ్యూహాలు: ఆలోచనలను ప్లాన్ చేయడం మరియు నిర్వహించడం

రచన అనేది ఒక సృజనాత్మక ప్రక్రియ, కానీ అది చాలా ప్లానింగ్ మరియు నిర్వహణను కూడా అవసరం. పూర్వ-రచన వ్యూహాలు ఆలోచనలను అర్థం చేసుకోవడానికి, స్పష్టం చేయడానికి మరియు అభివృద్ధి చేయడానికి సహాయపడతాయి. అవి రచయితలకు వారి ఆలోచనలను ఒకే ముక్కగా కలిసి ఉంచడంలో మరియు వారి రచనను విజయవంతంగా పూర్తి చేయడంలో సహాయపడతాయి.

పూర్వ-రచన వ్యూహాలలో కొన్ని:

- ఆలోచనలను సేకరించడం: మీరు రాయాలనుకుంటున్న అంశంపై మీరు ఆలోచించడం ప్రారంభించండి. మీరు తెలుసుకున్న విషయాలు, మీరు అనుభవించిన విషయాలు మరియు మీరు ఆలోచించిన విషయాలను గుర్తుంచుకోండి. మీరు మీ ఆలోచనలను స్కెచ్ బుక్‌లో, డైరీలో లేదా కంప్యూటర్లో టైప్ చేయడం ద్వారా సేకరించవచ్చు.

- ఆలోచనలను వర్గీకరించడం: మీ ఆలోచనలను మీరు రాయాలనుకుంటున్న అంశానికి సంబంధించిన విభాగాలుగా వర్గీకరించండి. ఇది మీ ఆలోచనలను ఒకే ముక్కగా కలిసి ఉంచడంలో మీకు సహాయపడుతుంది.

- ఆలోచనలను అభివృద్ధి చేయడం: ప్రతి విభాగంలోని ప్రతి ఆలోచనను మరింత లోతుగా పరిశీలించండి. మీరు ఆలోచనలకు మరింత సమాచారాన్ని జోడించవచ్చు, ఉదాహరణకు, ఉదాహరణలు, వివరణలు లేదా సాక్ష్యాలను జోడించవచ్చు.

- ఒక ప్రణాళికను రూపొందించడం: మీరు రాయాలనుకుంటున్న అంశం గురించి మీరు ఏమి తెలుసు మరియు ఏమి తెలుసుకోవాలనుకుంటున్నారు? మీరు మీ ఆలోచనలను ఎలా క్రమబద్ధీకరిస్తారు? మీరు మీ రచనను ఎలా ప్రారంభిస్తారు, మధ్యలో ఎలా కొనసాగుతారు మరియు ముగిస్తారు? ఈ ప్రశ్నలకు సమాధానం ఇవ్వడం ద్వారా మీరు మీ రచనకు ఒక ప్రణాళికను రూపొందించవచ్చు.

పూర్వ-రచన వ్యూహాలను ఉపయోగించడం వలన రచయితలు:

- వారి ఆలోచనలను మరింత బాగా అర్థం చేసుకోవడానికి
- వారి ఆలోచనలను స్పష్టం చేయడానికి
- వారి ఆలోచనలను అభివృద్ధి చేయడానికి
- వారి రచనను ఒకే ముక్కగా కలిసి ఉంచడానికి

బలమైన వాక్యాలు, వ్యాకరణం మరియు మెకానిక్‌లను సందర్భంలో నిర్మించడం

బలమైన వాక్యాలు, వ్యాకరణం మరియు మెకానిక్‌లు సామర్థ్యవంతమైన రచనకు ముఖ్యమైన అంశాలు. అవి మీ రచనను స్పష్టంగా, సంక్షిప్తంగా మరియు ప్రభావవంతంగా చేస్తాయి.

బలమైన వాక్యాలు

బలమైన వాక్యాలు స్పష్టంగా మరియు సంక్షిప్తంగా ఉంటాయి. అవి మీ ఆలోచనలను స్పష్టంగా మరియు సంక్షిప్తంగా తెలియజేస్తాయి.

బలమైన వాక్యాలను రూపొందించడానికి, మీరు క్రింది అంశాలను పరిగణించాలి:

వాక్యం యొక్క ప్రధాన ఆలోచనను స్పష్టంగా తెలియజేయండి.

వాక్యం యొక్క నిర్మాణం సులభంగా అర్థం చేసుకోగలిగేలా ఉండేలా చూసుకోండి.

వాక్యం యొక్క పొడవును నియంత్రించండి.

వ్యాకరణం

వ్యాకరణం అనేది ఒక భాష యొక్క నియమాల సమితి. సరైన వ్యాకరణం మీ రచనను స్పష్టంగా మరియు స్థిరంగా చేస్తుంది.

సరైన వ్యాకరణాన్ని ఉపయోగించడానికి, మీరు భాష యొక్క నియమాలను అర్థం చేసుకోవాలి. మీరు ఒక నిఘంటువు లేదా వ్యాకరణ పుస్తకం ఉపయోగించి నిర్దిష్ట నియమాలను తెలుసుకోవచ్చు.

మెకానిక్స్

మెకానిక్స్ అనేది వ్రాతపూర్వక సమాచారాన్ని సమర్థవంతంగా ప్రదర్శించడానికి ఉపయోగించే సాధనాలు మరియు పద్ధతుల సమితి. మెకానిక్‌లలో అక్షరాలు, హైఫెన్ లు, టైపోగ్రఫీ మరియు ఇమేజ్‌లు వంటి అంశాలు ఉన్నాయి.

సరైన మెకానిక్‌లను ఉపయోగించడం వలన మీ రచనను మరింత ఆకర్షణీయంగా మరియు చదవడానికి సులభంగా చేస్తుంది.

సందర్భంలో బలమైన వాక్యాలు, వ్యాకరణం మరియు మెకానిక్ లను నిర్మించడం

బలమైన వాక్యాలు, వ్యాకరణం మరియు మెకానిక్‌లను నిర్మించడానికి, మీరు మీ రచన యొక్క సందర్భాన్ని పరిగణించాలి. మీ రచన యొక్క లక్ష్యం ఏమిటి? మీరు ఏ ప్రేక్షకులకు వ్రాస్తున్నారు? మీ రచన యొక్క శైలి ఏమిటి?

ఈ ప్రశ్నలకు సమాధానం ఇవ్వడం ద్వారా, మీరు మీ రచనకు సరిపోయే బలమైన వాక్యాలు, వ్యాకరణం మరియు మెకానిక్ లను రూపొందించవచ్చు.

ప్రత్యేక విద్యాభ్యాస విద్యార్థులు ఎదుర్కొనే సాధారణ రచన సవాళ్లను పరిష్కరించడం

ప్రత్యేక విద్యాభ్యాస విద్యార్థులు రచనలో వివిధ సవాళ్లను ఎదుర్కోవచ్చు. ఈ సవాళ్లు విద్యార్థుల యొక్క అభివృద్ధి స్థాయి, అభ్యాస శైలి మరియు వ్యక్తిగత అవసరాలపై ఆధారపడి ఉంటాయి.

సాధారణ రచన సవాళ్లు

ప్రత్యేక విద్యాభ్యాస విద్యార్థులు ఎదుర్కొనే కొన్ని సాధారణ రచన సవాళ్లు ఇక్కడ ఉన్నాయి:

- ఆలోచనలను సేకరించడం మరియు సంగ్రహించడం
- ఆలోచనలను స్పష్టంగా మరియు సంక్షిప్తంగా తెలియజేయడం
- వ్యాకరణం మరియు మెకానిక్లను ఉపయోగించడం
- రచన శైలిని అభివృద్ధి చేయడం

సవాళ్లను పరిష్కరించడానికి చిట్కాలు

ప్రత్యేక విద్యాభ్యాస విద్యార్థులకు రచన సవాళ్లను పరిష్కరించడంలో సహాయపడటానికి అనేక వనరులు అందుబాటులో ఉన్నాయి. కొన్ని చిట్కాలు ఇక్కడ ఉన్నాయి:

- పూర్వ-రచన వ్యూహాలను ఉపయోగించండి. ఆలోచనలను సేకరించడానికి, వర్గీకరించడానికి మరియు అభివృద్ధి చేయడానికి పూర్వ-రచన వ్యూహాలు సహాయపడతాయి.

- మీ రచనను విభాగాలుగా విభజించండి. ఇది మీ ఆలోచనలను నిర్వహించడంలో మరియు మీ రచనను మరింత స్పష్టంగా చేయడంలో మీకు సహాయపడుతుంది.
- మీ రచనను ఒకరితో పంచుకోండి. మీ రచనను ఇతరులు చదివినప్పుడు, వారు మీకు ప్రతిక్రియ ఇవ్వగలరు మరియు మీరు మెరుగుపరచడానికి ఏమి చేయవచ్చో మీకు చూపించగలరు.

ప్రత్యేక విద్యాభ్యాస విద్యార్థులకు రచనను ఉపయోగకరంగా మరియు సంతృప్తికరంగా చేయడానికి ఉద్దేశించిన అనేక సహాయక వనరులు అందుబాటులో ఉన్నాయి. ఈ వనరులు విద్యార్థులకు రచన నైపుణ్యాలను అభివృద్ధి చేయడంలో సహాయపడతాయి మరియు వారిని వారి లక్ష్యాలను సాధించడంలో సహాయపడతాయి.

టెక్నాలజీ-సహాయక రచన సాధనాలు మరియు వ్యూహాల ఉపయోగం

టెక్నాలజీ రచనను మెరుగుపరచడానికి అనేక మార్గాల్లో ఉపయోగించవచ్చు. టెక్నాలజీ-సహాయక రచన సాధనాలు మరియు వ్యూహాలు విద్యార్థులకు, రచయితలకు మరియు వ్యాపారవేత్తలకు వారి రచనను మరింత స్పష్టంగా, సంక్షిప్తంగా మరియు ప్రభావవంతంగా చేయడంలో సహాయపడతాయి.

టెక్నాలజీ-సహాయక రచన సాధనాలు

టెక్నాలజీ-సహాయక రచన సాధనాలు అనేక రకాలు ఉన్నాయి. కొన్ని సాధారణ రకాలు ఇక్కడ ఉన్నాయి:

- వ్యాకరణ మరియు మెకానిక్ల సహాయం: ఈ సాధనాలు వ్యాకరణం మరియు మెకానిక్లలో సాధారణ తప్పులను గుర్తించడంలో సహాయపడతాయి.
- స్పెల్లింగ్ మరియు నిఘంటువు సహాయం: ఈ సాధనాలు పదాలను స్పెల్లింగ్ చేయడంలో మరియు అర్థం చేసుకోవడంలో సహాయపడతాయి.
- ఆలోచనలను సేకరించడానికి మరియు అభివృద్ధి చేయడానికి సహాయం: ఈ సాధనాలు ఆలోచనలను సేకరించడానికి, వర్గీకరించడానికి మరియు అభివృద్ధి చేయడానికి సహాయపడతాయి.
- రచనను క్రమబద్ధీకరించడానికి మరియు మెరుగుపరచడానికి సహాయం: ఈ సాధనాలు రచనను క్రమబద్ధీకరించడానికి, మరింత స్పష్టంగా మరియు సంక్షిప్తంగా చేయడానికి సహాయపడతాయి.

టెక్నాలజీ-సహాయక రచన వ్యూహాలు

టెక్నాలజీ-సహాయక రచన వ్యూహాలు కూడా అనేక రకాలు ఉన్నాయి. కొన్ని సాధారణ వ్యూహాలు ఇక్కడ ఉన్నాయి:

- మీ రచనను ఒక డైరీలో లేదా స్కెచ్ బుక్ లో సేకరించండి. ఇది మీ ఆలోచనలను ట్రాక్ చేయడంలో మరియు వాటిని అభివృద్ధి చేయడంలో మీకు సహాయపడుతుంది.

- మీ రచనను విభాగాలుగా విభజించండి. ఇది మీ ఆలోచనలను నిర్వహించడంలో మరియు మీ రచనను మరింత స్పష్టంగా చేయడంలో మీకు సహాయపడుతుంది.

- మీ రచనను ఇతరులతో పంచుకోండి. ఇతరులు మీ రచనను చదివినప్పుడు, వారు మీకు ప్రతిక్రియ ఇవ్వగలరు మరియు మీరు మెరుగుపరచడానికి ఏమి చేయవచ్చో మీకు చూపించగలరు.

రచనలో సృజనాత్మకత మరియు స్వాతంత్ర్యాన్ని పెంపొందించడం

రచన అనేది ఒక సృజనాత్మక ప్రక్రియ, ఇది విభిన్న ఆలోచనలు మరియు దృక్కోణాలను అన్వేషించడానికి అవకాశాన్ని అందిస్తుంది. రచనలో సృజనాత్మకత మరియు స్వాతంత్ర్యాన్ని పెంపొందించడానికి, రచయితలు కొన్ని ప్రాథమిక సూత్రాలను అనుసరించాలి.

సృజనాత్మకతను పెంపొందించడానికి

మీ ఆలోచనలను ఓపెన్ చేయండి. కొత్త ఆలోచనలను అంగీకరించడానికి మరియు మీ సాంప్రదాయిక ఆలోచనా విధానాలను విడిచిపెట్టడానికి సిద్ధంగా ఉండండి.

అనుభవాలను ఆస్వాదించండి. కొత్త ప్రదేశాలను సందర్శించండి, కొత్త వ్యక్తులను కలవండి మరియు కొత్త విషయాలను ప్రయత్నించండి.

మీ ప్రతిభను అభివృద్ధి చేయండి. రచనకు సంబంధించిన మీ ప్రతిభను అభివృద్ధి చేయడానికి సమయం మరియు కృషిని కేటాయించండి.

స్వాతంత్ర్యాన్ని పెంపొందించడానికి

మీ స్వంత శైలిని అభివృద్ధి చేయండి. మీరు ఇతరులను అనుకరించడం మానేసి, మీ స్వంత ప్రత్యేకమైన శైలిని కనుగొనండి.

మీ కోసం రాయండి. మీరు ఇతరులను ఆకట్టుకోవడానికి లేదా ప్రశంసలు పొందడానికి రాయడం మానేసి, మీరు ఆనందించే కంటెంట్‌ను రాయండి.

- మీ అభిప్రాయాలను అంగీకరించండి. మీ అభిప్రాయాలు ఇతరుల అభిప్రాయాల నుండి భిన్నంగా ఉండవచ్చని తెలుసుకోండి మరియు అది సరే.

రచనలో సృజనాత్మకత మరియు స్వాతంత్ర్యాన్ని పెంపొందించడానికి కొన్ని నిర్దిష్ట వ్యాయామాలు ఇక్కడ ఉన్నాయి:

- కొత్త థీమ్‌లను అన్వేషించండి. మీరు ఇప్పటికే రాసిన ఏదైనా థీమ్‌కు సంబంధించినది కాని కొత్త థీమ్‌పై రాయండి.

- మీ సాధారణ రచనా విధానాన్ని మార్చండి. మీరు సాధారణంగా ఉపయోగించే భాష లేదా నిర్మాణాలను మార్చండి.

- మీ రచనను ఇతరులతో పంచుకోండి. మీ రచనపై ప్రతిస్పందనలను పొందడం ద్వారా, మీరు మీ స్వంత సృజనాత్మకత మరియు స్వాతంత్ర్యాన్ని మెరుగుపరచడానికి మార్గాలను కనుగొనవచ్చు.

రచనలో సృజనాత్మకత మరియు స్వాతంత్ర్యాన్ని పెంపొందించడానికి కృషి చేయడం ద్వారా, మీరు మరింత ఆసక్తికరమైన మరియు ప్రభావవంతమైన రచనను రూపొందించగలరు.

Chapter 5: Expanding Horizons: Vocabulary and Language Development

అధ్యాయం 5: విస్తృత దృక్పథాలు: పదజాలం మరియు భాషా అభివృద్ధి

స్పష్టమైన పదజాల బోధన: బలమైన పునాదిని నిర్మించడం

పదజాలం అనేది ఏదైనా భాషలోని పదాల సమితి. స్పష్టమైన పదజాలం అనేది మీరు మీ ఆలోచనలను స్పష్టంగా మరియు సమర్థవంతంగా తెలియజేయడానికి అవసరమైన పదాల సమితి.

స్పష్టమైన పదజాలాన్ని అభివృద్ధి చేయడం ముఖ్యం ఎందుకంటే ఇది మీకు:

- మీ ఆలోచనలను మరింత స్పష్టంగా మరియు సమర్థవంతంగా తెలియజేయడానికి అనుమతిస్తుంది.
- మీరు చదివిన మరియు విన్నదాన్ని మరింత బాగా అర్థం చేసుకోవడానికి సహాయపడుతుంది.
- మీరు కొత్త విషయాలను నేర్చుకోవడానికి మరింత సులభతరం చేస్తుంది.

స్పష్టమైన పదజాలాన్ని అభివృద్ధి చేయడానికి అనేక మార్గాలు ఉన్నాయి. కొన్ని ప్రాథమిక సూత్రాలు ఇక్కడ ఉన్నాయి:

- మీరు కొత్త పదాలను కనుగొన్నప్పుడు, వాటి అర్థాన్ని తెలుసుకోండి.
- మీరు కొత్త పదాలను ఉపయోగించడానికి అవకాశం లభించినప్పుడు, వాటిని ఉపయోగించండి.
- మీరు కొత్త పదాలను అభ్యాసం చేయడానికి వ్యాయామాలు చేయండి.

స్పష్టమైన పదజాల బోధనలో కొన్ని నిర్దిష్ట పద్ధతులు ఇక్కడ ఉన్నాయి:

- **పదజాల జాబితాలు: పదాల జాబితాలను ఉపయోగించడం ద్వారా, విద్యార్థులు కొత్త పదాల అర్థాలను నేర్చుకోవచ్చు మరియు వాటిని ఉపయోగించడానికి అవకాశం పొందవచ్చు.
- **వాక్య నిర్మాణాలు: వాక్య నిర్మాణాలను ఉపయోగించడం ద్వారా, విద్యార్థులు కొత్త పదాలను సరిగ్గా ఎలా ఉపయోగించాలో నేర్చుకోవచ్చు.
- **కథలు మరియు వ్యాసాలు: కథలు మరియు వ్యాసాలను ఉపయోగించడం ద్వారా, విద్యార్థులు కొత్త పదాలను వారి సహజ సందర్భంలో చూడవచ్చు మరియు వాటి అర్థాలను మరింత బాగా అర్థం చేసుకోవచ్చు.

స్పష్టమైన పదజాల బోధన యొక్క లక్ష్యం విద్యార్థులకు బలమైన పునాదిని అందించడం, ఇది వారు మరింత క్లిష్టమైన ఆలోచనలను అభివృద్ధి చేయడానికి మరియు వారి సాహిత్య అభిరుచిని అభివృద్ధి చేయడానికి అనుమతిస్తుంది.

సుసంపన్నమైన భాషా అనుభవాలు: మాతృభాషా అభివృద్ధిని పెంపొందించడం

మాతృభాషా అభివృద్ధి అనేది ఒక వ్యక్తి తన మాతృభాషను నేర్చుకోవడం, అభివృద్ధి చేయడం మరియు ఉపయోగించడం యొక్క ప్రక్రియ. ఈ ప్రక్రియలో పదజాలం, వ్యాకరణం, పఠనం, రచన మరియు మాట్లాడటం వంటి అనేక అంశాలు ఉన్నాయి.

మాతృభాషా అభివృద్ధిని పెంచడానికి, పిల్లలకు సుసంపన్నమైన భాషా అనుభవాలను అందించడం చాలా ముఖ్యం. సుసంపన్నమైన భాషా అనుభవాలు అనేవి పిల్లలకు వివిధ రకాల భాషను వినడానికి, చదవడానికి మరియు ఉపయోగించడానికి అవకాశాలను అందిస్తాయి.

సుసంపన్నమైన భాషా అనుభవాలను అందించడానికి అనేక మార్గాలు ఉన్నాయి. కొన్ని సాధారణ మార్గాలు ఇక్కడ ఉన్నాయి:

- పిల్లలతో మాట్లాడండి: పిల్లలతో మాట్లాడటం ద్వారా, మీరు వారికి భాషను నేర్పడం మరియు వారి భాషా నైపుణ్యాలను అభివృద్ధి చేయడంలో సహాయపడవచ్చు. మీరు వారితో సరదాగా ఉండే విషయాల గురించి మాట్లాడవచ్చు, లేదా వారికు ఆసక్తి ఉన్న అంశాల గురించి మాట్లాడవచ్చు.
- పిల్లలకు చదవండి: పిల్లలకు చదవడం ద్వారా, మీరు వారికి కొత్త పదాలు మరియు వాక్య నిర్మాణాలను నేర్పవచ్చు. మీరు వారికు ఆసక్తి ఉన్న కథలు లేదా వ్యాసాలను ఎంచుకోవచ్చు.
- పిల్లలతో కలిసి రాయండి: పిల్లలతో కలిసి రాయడం ద్వారా, మీరు వారి రచన నైపుణ్యాలను అభివృద్ధి చేయడంలో

సహాయపడవచ్చు. మీరు వారితో కలిసి కథలు, కవితలు లేదా ఇతర రకాల రచనలను రాయవచ్చు.

- పిల్లలను వివిధ రకాల భాషా కార్యకలాపాలలో పాల్గొనండి: పిల్లలను వివిధ రకాల భాషా కార్యకలాపాలలో పాల్గొనడానికి ప్రోత్సహించడం ద్వారా, మీరు వారి భాషా నైపుణ్యాలను అభివృద్ధి చేయడంలో సహాయపడవచ్చు. ఈ కార్యకలాపాలు కవితలు రాయడం, కథలు చెప్పడం, నాటకాలు ఆడటం మరియు ఇతర రకాల సృజనాత్మక భాషా కార్యకలాపాలను కలిగి ఉండవచ్చు.

ప్రసాదత మరియు వ్యక్తీకరణ భాషా నైపుణ్యాలను పెంచే వ్యూహాలు

ప్రసాదత మరియు వ్యక్తీకరణ అనేవి భాషా నైపుణ్యాల యొక్క రెండు ముఖ్యమైన అంశాలు. ప్రసాదత అనేది మీ ఆలోచనలను స్పష్టంగా మరియు సమర్థవంతంగా తెలియజేయగల సామర్థ్యం. వ్యక్తీకరణ అనేది మీ ఆలోచనలను సృజనాత్మకంగా మరియు ఆసక్తికరంగా తెలియజేయగల సామర్థ్యం.

ప్రసాదత మరియు వ్యక్తీకరణ భాషా నైపుణ్యాలను పెంచడానికి అనేక వ్యూహాలు ఉన్నాయి. కొన్ని ప్రాథమిక సూత్రాలు ఇక్కడ ఉన్నాయి:

మీ ఆలోచనలను సమర్థవంతంగా తెలియజేయడానికి మీరు ఉపయోగించే పదాలు మరియు వాక్య నిర్మాణాలపై దృష్టి పెట్టండి.

మీ ఆలోచనలను స్పష్టంగా మరియు సంక్షిప్తంగా తెలియజేయడానికి ప్రయత్నించండి.

మీ ఆలోచనలను మరింత ఆసక్తికరంగా మరియు ఆకర్షణీయంగా చేయడానికి సృజనాత్మక భాషను ఉపయోగించండి.

ప్రసాదత మరియు వ్యక్తీకరణ భాషా నైపుణ్యాలను అభివృద్ధి చేయడానికి కొన్ని నిర్దిష్ట వ్యాయామాలు ఇక్కడ ఉన్నాయి:

మీ ఆలోచనలను ఒక నిర్దిష్ట అంశంపై ఒక నిమిషంలో చెప్పడానికి ప్రయత్నించండి.

మీ ఆలోచనలను ఒక కథ లేదా కవితగా రూపొందించండి.

మీ ఆలోచనలను వ్యక్తీకరించడానికి మీరు ఉపయోగించే వివిధ పదాలు మరియు వాక్య నిర్మాణాలను గుర్తించండి.

ప్రసాదత మరియు వ్యక్తీకరణ భాషా నైపుణ్యాలను అభివృద్ధి చేయడానికి మీరు మీ స్వంత ప్రతిభను మరియు ఆసక్తులను ఉపయోగించవచ్చు. మీరు ఆనందించే విషయాల గురించి మాట్లాడటం మరియు రాయడం మీకు మరింత సృజనాత్మకంగా మరియు ఆసక్తికరంగా ఉండటానికి సహాయపడుతుంది.

ప్రసాదత మరియు వ్యక్తీకరణ భాషా నైపుణ్యాలు మీకు మీ వ్యక్తిగత మరియు వృత్తిపరమైన జీవితంలో విజయం సాధించడంలో సహాయపడతాయి. ఈ నైపుణ్యాలను అభివృద్ధి చేయడం ద్వారా, మీరు మీ ఆలోచనలను మరింత స్పష్టంగా మరియు ప్రభావవంతంగా తెలియజేయగలరు. మీరు మరింత సృజనాత్మకంగా మరియు ఆసక్తికరంగా మీ ఆలోచనలను తెలియజేయగలరు.

నిర్దిష్ట భాషా సవాళ్లు మరియు జోక్యాలు

భాష అనేది ఒక క్లిష్టమైన సాధనం, ఇది మనకు ఒకరితో ఒకరు కమ్యూనికేట్ చేయడానికి, మన ఆలోచనలను వ్యక్తీకరించడానికి మరియు మన చుట్టూ ఉన్న ప్రపంచాన్ని అర్థం చేసుకోవడానికి అనుమతిస్తుంది. అయితే, భాషను ఉపయోగించడంలో కొన్ని సవాళ్లు ఉన్నాయి. ఈ సవాళ్లు నిర్దిష్టమైన వ్యక్తులు లేదా సమూహాలను ప్రభావితం చేయవచ్చు.

నిర్దిష్ట భాషా సవాళ్లకు కొన్ని ఉదాహరణలు:

- శారీరక లేదా మానసిక అసమర్థతలు: శారీరక లేదా మానసిక అసమర్థతలు భాషను ఉపయోగించడాన్ని కష్టతరం చేయగలవు. ఉదాహరణకు, శ్రవణ లేదా మాట్లాడే సామర్థ్యం లేకపోవడం మాట్లాడటం లేదా వినడం కష్టతరం చేస్తుంది.

- భాషా నైపుణ్యాలలో లోపాలు: భాషా నైపుణ్యాలలో లోపాలు భాషను అర్థం చేసుకోవడం మరియు ఉపయోగించడం కష్టతరం చేస్తాయి. ఉదాహరణకు, అక్షరాస్యత లేకపోవడం లేదా భాషా నైపుణ్యాలలో లోపాలు ఉన్నవారు చదవడం, వ్రాయడం మరియు మాట్లాడటం కష్టతరం.

- సామాజిక లేదా సాంస్కృతిక అడ్డంకులు: సామాజిక లేదా సాంస్కృతిక అడ్డంకులు భాషను ఉపయోగించడాన్ని కష్టతరం చేయగలవు. ఉదాహరణకు, విభిన్న భాషను మాట్లాడే వ్యక్తులు ఒకరితో ఒకరు కమ్యూనికేట్ చేయడంలో ఇబ్బంది పడవచ్చు.

భాషా సవాళ్లను ఎదుర్కోవడానికి అనేక మార్గాలు ఉన్నాయి. కొన్ని సాధారణ వ్యూహాలు ఇక్కడ ఉన్నాయి:

- అవసరమైన సహాయం పొందండి: భాషా సవాళ్లను ఎదుర్కోవడంలో సహాయపడటానికి అనేక వనరులు అందుబాటులో ఉన్నాయి. ఉదాహరణకు, భాషా చికిత్సకులు, భాషా శిక్షకులు మరియు ఇతర ఆరోగ్య సంరక్షణ నిపుణులు భాషా సవాళ్లను ఎదుర్కోవడంలో సహాయపడవచ్చు.
- ప్రయోగాలు చేయండి: భాషను ఉపయోగించడానికి కొత్త మార్గాలను కనుగొనడానికి ప్రయత్నించండి. ఉదాహరణకు, భాషా నైపుణ్యాలను అభివృద్ధి చేయడానికి వ్యాయామాలు మరియు కార్యకలాపాలను ప్రయత్నించండి.

భాషా పరిపుష్టి ద్వారా జీవితకాల అభ్యసన అలవాట్లను ప్రోత్సహించడం

భాష అనేది ఒక శక్తివంతమైన సాధనం, ఇది మనకు ఒకరితో ఒకరు కమ్యూనికేట్ చేయడానికి, మన ఆలోచనలను వ్యక్తీకరించడానికి మరియు మన చుట్టూ ఉన్న ప్రపంచాన్ని అర్థం చేసుకోవడానికి అనుమతిస్తుంది. భాషా పరిపుష్టి అనేది భాషా నైపుణ్యాలను అభివృద్ధి చేయడం, ఇందులో పదజాలం, వ్యాకరణం, మాట్లాడటం, వినడం, చదవడం మరియు రాయడం ఉన్నాయి.

భాషా పరిపుష్టి జీవితకాల అభ్యసన అలవాట్లను ప్రోత్సహించడంలో ముఖ్యమైన పాత్ర పోషిస్తుంది. భాషా నైపుణ్యాలను కలిగి ఉన్న వ్యక్తులు కొత్త విషయాలు నేర్చుకోవడానికి మరియు వారి చుట్టూ ఉన్న ప్రపంచాన్ని మరింత సమర్థవంతంగా అర్థం చేసుకోవడానికి మరింత సామర్థ్యం కలిగి ఉంటారు.

భాషా పరిపుష్టి జీవితకాల అభ్యసన అలవాట్లను ప్రోత్సహించే కొన్ని మార్గాలు ఇక్కడ ఉన్నాయి:

- వివిధ రకాల భాషా ఉత్పత్తులు మరియు సేవలను ఉపయోగించండి. ఇందులో పుస్తకాలు, కథనాలు, వెబ్‌సైట్‌లు, సినిమాలు, టెలివిజన్ కార్యక్రమాలు మరియు సంభాషణలు ఉన్నాయి.

- మీకు ఆసక్తి ఉన్న అంశాల గురించి చదవండి మరియు రాయండి. ఇది మీకు కొత్త పదాలు మరియు వాక్య నిర్మాణాలను నేర్చుకోవడంలో మరియు మీ ఆలోచనలను మరింత సమర్థవంతంగా తెలియజేయడంలో సహాయపడుతుంది.

- ఇతరులతో మాట్లాడండి మరియు వారితో కమ్యూనికేట్ చేయండి. ఇది మీ మాట్లాడే మరియు వినే నైపుణ్యాలను మెరుగుపరచడంలో సహాయపడుతుంది.
- భాషా శిక్షణ తరగతులకు హాజరవండి లేదా భాషా భాగస్వామిని కనుగొనండి. ఇది మీ భాషా నైపుణ్యాలను అభివృద్ధి చేయడంలో మరింత వ్యూహాత్మకంగా సహాయపడుతుంది.

భాషా పరిపుష్టి అనేది జీవితకాల అభ్యసన అలవాట్లను అభివృద్ధి చేయడానికి ఒక శక్తివంతమైన సాధనం. భాషా నైపుణ్యాలను అభివృద్ధి చేయడానికి మరియు మీ చుట్టూ ఉన్న ప్రపంచాన్ని మరింత సమర్థవంతంగా అర్థం చేసుకోవడానికి మీరు ఏదైనా చేయగలరు.

Chapter 6: Engaging with Texts: Differentiated Reading Instruction

అధ్యాయం 6: పాఠ్యాలతో నిమగ్నమవ్వడం: వేరుచేసిన పఠన బోధన

సరైన పాఠ్యాలను మరియు స్థాయిల వస్తువులను ఎంచుకోవడం

భాష నేర్చుకోవడం అనేది ఒక సవాలుతో కూడుకున్న ప్రక్రియ. మీరు మీ అభివృద్ధి స్థాయిని పరిగణనలోకి తీసుకోకుండా, మీకు సరైన పాఠ్యాలను మరియు స్థాయిల వస్తువులను ఎంచుకోకపోతే, మీరు విజయం సాధించడం కష్టం.

సరైన పాఠ్యాలను మరియు స్థాయిల వస్తువులను ఎంచుకోవడానికి కొన్ని చిట్కాలు ఇక్కడ ఉన్నాయి:

మీ అభివృద్ధి స్థాయిని నిర్ణయించండి. మీరు మీ భాషా నైపుణ్యాలను ఎలా అంచనా వేయాలో తెలియకపోతే, ఆన్‌లైన్ లో లేదా మీ స్థానిక భాషా కేంద్రంలో స్థాయి పరీక్షను తీసుకోవచ్చు.

మీరు ఆసక్తి ఉన్న అంశాలను ఎంచుకోండి. మీకు ఆసక్తి ఉన్న అంశాల గురించి చదవడం లేదా రాయడం మీకు మరింత ఆనందాన్ని ఇస్తుంది మరియు మీరు మరింత సమర్ధవంతంగా నేర్చుకోవడంలో సహాయపడుతుంది.

- మీ స్థాయిని మెరుగుపరచడంలో మీకు సహాయపడే వనరులను కనుగొనండి. అనేక రకాల పాఠ్యాలు మరియు స్థాయిల వస్తువులు అందుబాటులో ఉన్నాయి, కాబట్టి మీకు సరైనవి కనుగొనడానికి సమయం తీసుకోండి.

సరైన పాఠ్యాలను మరియు స్థాయిల వస్తువులను ఎంచుకోవడం మీ భాషా నేర్చుకోవడ ప్రయాణాన్ని మరింత సమర్థవంతంగా మరియు ఆనందదాయకంగా చేయడంలో సహాయపడుతుంది.

పాఠ్యాలను ఎంచుకోవడంలో మీకు సహాయపడే కొన్ని ప్రశ్నలు ఇక్కడ ఉన్నాయి:

- పాఠ్యం నా అభివృద్ధి స్థాయికి సరిపోతుందా?
- పాఠ్యం నాకు ఆసక్తిగా ఉందా?
- పాఠ్యం నాకు సవాళ్లు ఇస్తుంది, కానీ చాలా కష్టం కాదు?

స్థాయిల వస్తువులను ఎంచుకోవడంలో మీకు సహాయపడే కొన్ని ప్రశ్నలు ఇక్కడ ఉన్నాయి:

- వస్తువు నా అభివృద్ధి స్థాయికి సరిపోతుందా?
- వస్తువు నాకు ఆసక్తిగా ఉందా?
- వస్తువు నాకు స్పష్టంగా మరియు సమగ్రంగా ఉంది?

ఈ ప్రశ్నలకు సమాధానం ఇవ్వడం ద్వారా, మీకు సరైన పాఠ్యాలను మరియు స్థాయిల వస్తువులను ఎంచుకోవడంలో సహాయపడుతుంది.

పఠన పనులను సహాయకరంగా నిర్మించడం మరియు వేరుచేసిన మద్దతును అందించడం

పఠనం అనేది ఒక క్లిష్టమైన నైపుణ్యం, ఇది విద్యార్థులకు వారి చుట్టూ ఉన్న ప్రపంచాన్ని అర్థం చేసుకోవడానికి మరియు వారి జ్ఞానాన్ని మెరుగుపరచడానికి అనుమతిస్తుంది. పఠన పనులను సహాయకరంగా మరియు వేరుచేసిన మద్దతును అందించడం ద్వారా, విద్యార్థులు ఈ నైపుణ్యాన్ని మెరుగుపరచడానికి మరింత సమర్థవంతంగా ఉంటారు.

పఠన పనులను సహాయకరంగా చేయడానికి కొన్ని మార్గాలు ఇక్కడ ఉన్నాయి:

విద్యార్థుల అభివృద్ధి స్థాయిని పరిగణనలోకి తీసుకోండి. అన్ని విద్యార్థులు ఒకే స్థాయిలో పఠన నైపుణ్యాలను కలిగి ఉండరు. అందువల్ల, పఠన పనులు విద్యార్థుల అభివృద్ధి స్థాయికి సరిపోయేలా ఉండాలి.

విద్యార్థుల అవసరాలను పరిగణనలోకి తీసుకోండి. కొంతమంది విద్యార్థులు అదనపు సహాయం అవసరం కావచ్చు, ఉదాహరణకు, పదాలను అర్థం చేసుకోవడంలో లేదా సమాచారాన్ని సారాంశించడంలో. పఠన పనులు ఈ అవసరాలను తీర్చేలా ఉండాలి.

పఠన పనులను స్పష్టంగా మరియు సంక్షిప్తంగా ఉంచండి. విద్యార్థులు పఠన పనులను అర్థం చేసుకోవడానికి మరియు పూర్తి చేయడానికి సులభంగా ఉండాలి.

పఠన పనులను ఆసక్తికరంగా మరియు ఉత్తేజకరంగా ఉంచండి. విద్యార్థులు పఠన పనులను ఆనందించాలి, తద్వారా వారు వాటిపై మరింత కృషి చేస్తారు.

వేరుచేసిన మద్దతును అందించడానికి కొన్ని మార్గాలు ఇక్కడ ఉన్నాయి:

విద్యార్థులకు వ్యక్తిగత మద్దతును అందించండి. ఉపాధ్యాయులు లేదా ఇతర వృత్తిపరమైనులు విద్యార్థులకు పఠన సహాయం అందించడానికి అందుబాటులో ఉండాలి.

విద్యార్థులకు విస్తృతమైన వనరులను అందించండి. పదజాల నిఘంటువులు, వివరణాత్మక గ్రంథాలు మరియు ఆన్‌లైన్ వనరులు వంటి వనరులు విద్యార్థులకు పఠనాన్ని సులభతరం చేయడంలో సహాయపడతాయి.

విద్యార్థులను సహకారంతో పని చేయడానికి ప్రోత్సహించండి. సహకారం విద్యార్థులకు ఒకరినొకరు నేర్చుకోవడంలో మరియు పఠనం గురించి వారి అవగాహనను మెరుగుపరచడంలో సహాయపడుతుంది.

పఠన పనులను సహాయకరంగా మరియు వేరుచేసిన మద్దతును అందించడం ద్వారా, విద్యార్థులు ఈ ముఖ్యమైన నైపుణ్యాన్ని మెరుగుపరచడానికి మరింత సమర్థవంతంగా ఉంటారు.

స్వతంత్ర పఠనం మరియు ఆత్మవిశ్వాసం పెంపొందించడం

పఠనం అనేది ఒక క్లిష్టమైన నైపుణ్యం, ఇది విద్యార్థులకు వారి చుట్టూ ఉన్న ప్రపంచాన్ని అర్థం చేసుకోవడానికి మరియు వారి జ్ఞానాన్ని మెరుగుపరచడానికి అనుమతిస్తుంది. స్వతంత్ర పఠనం అనేది విద్యార్థులు తమకు తాము పఠనం చేయగలగడం, అనగా వారు తమ స్వంతంగా సమాచారాన్ని కనుగొనగలరు మరియు అర్థం చేసుకోగలరు. ఆత్మవిశ్వాసం అనేది విద్యార్థులకు తమ సామర్థ్యాలపై విశ్వాసం ఉండటం, అనగా వారు తమకు తాము పని చేయగలరని మరియు విజయం సాధించగలరని నమ్ముతారు.

స్వతంత్ర పఠనం మరియు ఆత్మవిశ్వాసం అనేవి ఒకదానికొకటి ముడిపడి ఉంటాయి. స్వతంత్రంగా పఠించగల విద్యార్థులు తమకు తాము సమాచారాన్ని కనుగొనగలరు మరియు అర్థం చేసుకోగలరు, ఇది వారి ఆత్మవిశ్వాసాన్ని పెంచుతుంది. ఆత్మవిశ్వాసం ఉన్న విద్యార్థులు స్వతంత్రంగా పఠించడానికి ఎక్కువ సాధ్యత ఉంది, ఎందుకంటే వారు తమకు తాము పని చేయగలరని మరియు విజయం సాధించగలరని నమ్ముతారు.

స్వతంత్ర పఠనం మరియు ఆత్మవిశ్వాసాన్ని పెంపొందించడానికి కొన్ని మార్గాలు ఇక్కడ ఉన్నాయి:

విద్యార్థులకు వివిధ రకాల పఠన పనులను అందించండి. విద్యార్థులు వివిధ రకాల పఠన పనులను పూర్తి చేయడం

ద్వారా, వారు స్వతంత్రంగా పఠించడానికి మరియు సమాచారాన్ని అర్థం చేసుకోవడానికి నేర్చుకుంటారు.

విద్యార్థులకు సహాయం మరియు మద్దతు అందించండి. విద్యార్థులు అవసరమైనప్పుడు సహాయం మరియు మద్దతును పొందగలిగితే, వారు స్వతంత్రంగా పఠించడానికి మరింత సమర్థవంతంగా ఉంటారు.

విద్యార్థులను పఠనంపై ప్రేమించడానికి ప్రోత్సహించండి. విద్యార్థులు పఠనంపై ప్రేమిస్తే, వారు దానిని మరింత ఆనందించడానికి మరియు మరింత సాధించడానికి ఎక్కువ సాధ్యత ఉంది.

స్వతంత్ర పఠనం మరియు ఆత్మవిశ్వాసాన్ని పెంపొందించడం ద్వారా, విద్యార్థులు తమ చుట్టూ ఉన్న ప్రపంచాన్ని మరింత మంచిగా అర్థం చేసుకోవడానికి మరియు వారి విద్యా మరియు వృత్తి జీవితంలో విజయం సాధించడానికి మరింత సమర్థవంతంగా ఉంటారు.

పఠనం పట్ల ప్రేమను పెంపొందించడం మరియు విభిన్న శైలులను అన్వేషించడం

పఠనం అనేది ఒక క్లిష్టమైన నైపుణ్యం, ఇది విద్యార్థులకు వారి చుట్టూ ఉన్న ప్రపంచాన్ని అర్థం చేసుకోవడానికి మరియు వారి జ్ఞానాన్ని మెరుగుపరచడానికి అనుమతిస్తుంది. పఠనం పట్ల ప్రేమను పెంపొందించడం మరియు విభిన్న శైలులను అన్వేషించడం ద్వారా, విద్యార్థులు ఈ నైపుణ్యాన్ని మరింత సమర్థవంతంగా అభివృద్ధి చేయగలరు.

పఠనం పట్ల ప్రేమను పెంపొందించడానికి కొన్ని మార్గాలు ఇక్కడ ఉన్నాయి:

విద్యార్థులకు ఆసక్తికరమైన మరియు ఆకర్షణీయమైన పఠన పనులను అందించండి. విద్యార్థులు పఠనాన్ని ఆనందించడానికి, వారు ఆసక్తి ఉన్న అంశాల గురించి చదవడానికి అవకాశం ఉండాలి.

విద్యార్థులకు పఠనం యొక్క ప్రయోజనాలను వివరించండి. విద్యార్థులు పఠనం వారికి ఎలా సహాయపడుతుందో తెలుసుకుంటే, వారు దానిపై ఎక్కువ ఆసక్తి చూపుతారు.

విద్యార్థులను పఠనంతో సంబంధం ఉన్న కార్యకలాపాలలో పాల్గొనమని ప్రోత్సహించండి. విద్యార్థులు పఠనం యొక్క భాగంగా భావిస్తే, వారు దానిపై మరింత ఆసక్తి చూపుతారు.

విభిన్న శైలులను అన్వేషించడానికి కొన్ని మార్గాలు ఇక్కడ ఉన్నాయి:

విద్యార్థులకు వివిధ రకాల పుస్తకాలు మరియు ఇతర పఠన పదార్థాలను అందించండి. విద్యార్థులు వివిధ రకాల శైలులను అనుభవించడానికి అవకాశం ఉండాలి.

విద్యార్థులను పఠనం గురించి చర్చించడానికి ప్రోత్సహించండి. విద్యార్థులు వారు చదివిన దాని గురించి మాట్లాడటానికి అవకాశం ఉంటే, వారు విభిన్న శైలులను అర్థం చేసుకోవడానికి మరింత సహాయపడతారు.

విద్యార్థులను పఠనం గురించి వ్రాయమని ప్రోత్సహించండి. విద్యార్థులు వారు చదివిన దాని గురించి వ్రాయడానికి అవకాశం ఉంటే, వారు విభిన్న శైలులను అర్థం చేసుకోవడానికి మరింత సహాయపడతారు.

పఠనం పట్ల ప్రేమను పెంపొందించడం మరియు విభిన్న శైలులను అన్వేషించడం ద్వారా, విద్యార్థులు పఠనాన్ని మరింత ఆనందించడానికి మరియు మరింత సమర్థవంతంగా నేర్చుకోవడానికి ఎక్కువ సామర్థ్యం ఉంటుంది.

స్వతంత్ర పఠన అభ్యాసం మరియు ప్రేరణ కోసం టెక్నాలజీని సమైకృతం చేయడం

పఠనం అనేది ఒక క్లిష్టమైన నైపుణ్యం, ఇది విద్యార్థులకు వారి చుట్టూ ఉన్న ప్రపంచాన్ని అర్థం చేసుకోవడానికి మరియు వారి జ్ఞానాన్ని మెరుగుపరచడానికి అనుమతిస్తుంది. స్వతంత్ర పఠనం అనేది విద్యార్థులు తమకు తాము పఠనం చేయగలగడం, అనగా వారు తమ స్వంతంగా సమాచారాన్ని కనుగొనగలరు మరియు అర్థం చేసుకోగలరు.

టెక్నాలజీ అనేది స్వతంత్ర పఠన అభ్యాసం మరియు ప్రేరణను మెరుగుపరచడానికి ఒక శక్తివంతమైన సాధనం. టెక్నాలజీని సమైకృతం చేయడం ద్వారా, విద్యార్థులు:

- తమకు ఆసక్తి ఉన్న అంశాల గురించి సమాచారాన్ని కనుగొనడానికి మరియు అర్థం చేసుకోవడానికి సులభతరం చేయవచ్చు.
- పఠనం యొక్క ప్రయోజనాలను అర్థం చేసుకోవడానికి మరియు వారి అభ్యాసానికి ఎలా సహాయపడుతుందో తెలుసుకోవడానికి సహాయపడవచ్చు.
- పఠనంతో సంబంధం ఉన్న కార్యకలాపాలలో పాల్గొనడానికి మరియు ఇతరులతో పఠనం గురించి చర్చించడానికి ప్రోత్సహించవచ్చు.

స్వతంత్ర పఠన అభ్యాసం మరియు ప్రేరణ కోసం టెక్నాలజీని సమైకృతం చేయడానికి కొన్ని మార్గాలు ఇక్కడ ఉన్నాయి:

- విద్యార్థులకు ఆన్‌లైన్ లైబ్రరీలు మరియు సాధనాలకు ప్రాప్యతను అందించండి. ఆన్‌లైన్ లైబ్రరీలు విద్యార్థులకు వివిధ రకాల పుస్తకాలు, కథనాలు మరియు ఇతర పఠన పదార్థాలను అందించగలవు. సాధనాలు విద్యార్థులకు పఠనంను అర్థం చేసుకోవడంలో మరియు వారి పఠన నైపుణ్యాలను మెరుగుపరచడంలో సహాయపడగలవు.
- విద్యార్థులకు పఠన కార్యకలాపాలను అందించండి. పఠన కార్యకలాపాలు విద్యార్థులను పఠనం గురించి ఆలోచించడానికి మరియు వారి అభ్యాసాన్ని మరింత ఆసక్తికరంగా మరియు ఆకర్షణీయంగా చేయడంలో సహాయపడతాయి.
- విద్యార్థులను పఠనం గురించి చర్చించడానికి ప్రోత్సహించండి. పఠనం గురించి చర్చించడం విద్యార్థులకు వారు చదివిన దాని గురించి మరింత లోతుగా అర్థం చేసుకోవడంలో మరియు వారి నైపుణ్యాలను మెరుగుపరచడంలో సహాయపడతాయి.

టెక్నాలజీని సమైక్యతం చేయడం ద్వారా, ఉపాధ్యాయులు మరియు తల్లిదండ్రులు స్వతంత్ర పఠన అభ్యాసం మరియు ప్రేరణను మెరుగుపరచడంలో విద్యార్థులకు సహాయపడవచ్చు.

Chapter 7: Collaboration for Success: Building Effective Partnerships

అధ్యాయం 7: విజయానికి సహకారం: ప్రభావవంతమైన భాగస్వామ్యాలను నిర్మించడం

సాక్షరత అభివృద్ధిలో తల్లిదండ్రులు, ఉపాధ్యాయులు మరియు నిపుణుల కీలక పాత్రలు

సాక్షరత అనేది ఒక వ్యక్తి యొక్క జీవితంలో ఒక ముఖ్యమైన నైపుణ్యం. ఇది మనకు మన చుట్టూ ఉన్న ప్రపంచాన్ని అర్థం చేసుకోవడానికి, సమాచారాన్ని యాక్సెస్ చేయడానికి మరియు కమ్యూనికేట్ చేయడానికి అనుమతిస్తుంది.

సాక్షరత అభివృద్ధిలో తల్లిదండ్రులు, ఉపాధ్యాయులు మరియు నిపుణులందరూ ముఖ్యమైన పాత్ర పోషిస్తారు.

తల్లిదండ్రుల పాత్ర

తల్లిదండ్రులు పిల్లల సాక్షరత అభివృద్ధిలో మొట్టమొదటి మరియు అతిపెద్ద ప్రభావాన్ని చూపుతారు. వారు తమ పిల్లలకు పఠనం, రాయడం మరియు మాట్లాడటం యొక్క ప్రాముఖ్యతను నేర్పడం ద్వారా ప్రారంభించవచ్చు. తల్లిదండ్రులు తమ పిల్లలతో కలిసి పఠించడం, వారిని పుస్తకాలకు ప్రోత్సహించడం మరియు వారి ప్రశ్నలకు సమాధానం ఇవ్వడం ద్వారా సహాయపడవచ్చు.

ఉపాధ్యాయుల పాత్ర

ఉపాధ్యాయులు పిల్లల సాక్షరత అభివృద్ధిలో కీలకమైన పాత్ర పోషిస్తారు. వారు పిల్లలకు పఠనం, రాయడం మరియు మాట్లాడటం యొక్క నైపుణ్యాలను నేర్పడం ద్వారా ప్రారంభించవచ్చు. ఉపాధ్యాయులు వివిధ బోధనా పద్ధతులు మరియు సాధనాలను ఉపయోగించడం ద్వారా పిల్లలందరికీ సాక్షరత అభ్యాసాన్ని సులభతరం చేయడానికి ప్రయత్నించాలి.

నిపుణుల పాత్ర

నిపుణులు పిల్లల సాక్షరత అభివృద్ధిలో సహాయం చేయడానికి శిక్షణ పొందిన వ్యక్తులు. వారు పిల్లలకు పఠనం, రాయడం మరియు మాట్లాడటం యొక్క నైపుణ్యాలను మెరుగుపరచడంలో సహాయపడే సలహా మరియు మద్దతును అందించవచ్చు. నిపుణులు పిల్లలకు వ్యక్తిగతీకరించిన సహాయాన్ని అందించడానికి ప్రయత్నించాలి.

సాక్షరత అభివృద్ధిలో తల్లిదండ్రులు, ఉపాధ్యాయులు మరియు నిపుణులందరూ ముఖ్యమైన పాత్ర పోషిస్తారు. వారు కలిసి పనిచేయడం ద్వారా, వారు ప్రతి పిల్లవాడు తమ సాక్షరత మరియు జీవితంలో విజయం సాధించడానికి అవసరమైన నైపుణ్యాలను అభివృద్ధి చేయడంలో సహాయపడగలరు.

విద్యార్థుల విజయానికి కమ్యూనికేషన్, సహకారం మరియు పంచుకున్న లక్ష్యాలు

విద్యార్థుల విజయానికి కమ్యూనికేషన్, సహకారం మరియు పంచుకున్న లక్ష్యాలు ముఖ్యమైన అంశాలు. ఈ అంశాలు విద్యార్థులకు కలిసి పనిచేయడం, సమాచారాన్ని పంచుకోవడం మరియు ఉమ్మడి లక్ష్యాలను సాధించడం నేర్పడంలో సహాయపడతాయి.

కమ్యూనికేషన్

కమ్యూనికేషన్ అనేది విద్యార్థుల విజయానికి ముఖ్యమైన మౌలిక సదుపాయం. విద్యార్థులు సమర్థవంతంగా కమ్యూనికేట్ చేయగలిగితే, వారు తమ ఆలోచనలు మరియు భావాలను ఇతరులతో పంచుకోగలరు, ప్రశ్నలకు సమాధానం ఇవ్వగలరు మరియు పరిష్కారాలను కనుగొనగలరు.

విద్యార్థులు కమ్యూనికేషన్ నైపుణ్యాలను అభివృద్ధి చేయడానికి, ఉపాధ్యాయులు మరియు తల్లిదండ్రులు వారిని వివిధ రకాల కమ్యూనికేషన్ సాధనాలను ఉపయోగించడానికి ప్రోత్సహించాలి. ఇందులో మాట్లాడటం, రాయడం, వినడం మరియు శ్రద్ధగా వినడం ఉన్నాయి.

సహకారం

సహకారం అనేది విద్యార్థుల విజయానికి మరొక ముఖ్యమైన అంశం. విద్యార్థులు సమర్థవంతంగా సహకారం చేయగలిగితే, వారు కలిసి పనిచేయడం, విభిన్న దృక్పథాలను అర్థం చేసుకోవడం మరియు పరిష్కారాలను కనుగొనడం నేర్చుకుంటారు.

విద్యార్థులు సహకారం నైపుణ్యాలను అభివృద్ధి చేయడానికి, ఉపాధ్యాయులు మరియు తల్లిదండ్రులు వారిని గుంపుగా పని చేయడానికి ప్రోత్సహించాలి. ఇందులో సమస్యలను పరిష్కరించడం, ప్రాజెక్ట్లను పూర్తి చేయడం మరియు కొత్త ఆలోచనలను సృష్టించడం ఉన్నాయి.

పంచుకున్న లక్ష్యాలు

పంచుకున్న లక్ష్యాలు అనేవి విద్యార్థుల విజయానికి ముఖ్యమైన అంశం. విద్యార్థులు పంచుకున్న లక్ష్యాలను కలిగి ఉంటే, వారు ఒకే వైపు పనిచేయడం మరియు ఒకరికొకరు సహాయం చేయడం నేర్చుకుంటారు.

విద్యార్థులు పంచుకున్న లక్ష్యాలను అభివృద్ధి చేయడానికి, ఉపాధ్యాయులు మరియు తల్లిదండ్రులు వారితో కలిసి కూర్చోవాలని మరియు వారి భవిష్యత్తు గురించి మాట్లాడాలని ప్రోత్సహించాలి. ఈ చర్చలలో, వారు విద్యార్థులకు వారి లక్ష్యాలను సాధించడానికి అవసరమైన సహాయాన్ని అందించగలరు.

సహాయక మరియు సహా ఉనికి కలిగించే నేర్చుకోలు వాతావరణాన్ని సృష్టించడం

నేర్చుకోవడం అనేది ఒక సహజమైన ప్రక్రియ, కానీ అది మరింత సహాయక మరియు సహా ఉనికి కలిగించే వాతావరణంలో మరింత ప్రభావవంతంగా ఉంటుంది. సహాయక మరియు సహా ఉనికి కలిగించే నేర్చుకోలు వాతావరణం అనేది విద్యార్థులు తమను తాము అర్థం చేసుకోవడానికి, వారి సామర్థ్యాలను అభివృద్ధి చేయడానికి మరియు వారి లక్ష్యాలను సాధించడానికి అనుమతించే వాతావరణం.

సహాయక మరియు సహా ఉనికి కలిగించే నేర్చుకోలు వాతావరణాన్ని సృష్టించడానికి కొన్ని మార్గాలు ఇక్కడ ఉన్నాయి:

- విద్యార్థులకు ప్రతికూలమైన విమర్శలకు బదులుగా నిర్మాణాత్మక ప్రతిక్రియను అందించండి. విద్యార్థులు తమ తప్పుల నుండి నేర్చుకోవడానికి మరియు మెరుగుపరచడానికి ప్రతికూలమైన విమర్శలు వారికి సహాయపడవు. నిర్మాణాత్మక ప్రతిక్రియ విద్యార్థులకు తమ బలాలు మరియు బలహీనతలను అర్థం చేసుకోవడంలో మరియు వాటిని మెరుగుపరచడానికి మార్గాలను కనుగొనడంలో సహాయపడుతుంది.
- విద్యార్థులకు సహాయం మరియు మద్ధతును అందించండి. అందరూ నేర్చుకునే వేగం మరియు విధానాలు ఒకేలా ఉండవు. విద్యార్థులకు వారు అవసరమైన సహాయం మరియు మద్ధతును అందించడం ద్వారా, వారు విజయం సాధించే అవకాశాలను మీరు పెంచుతారు.

- విద్యార్థుల మధ్య సహకారాన్ని ప్రోత్సహించండి. సహకారం విద్యార్థులకు ఒకరినొకరు నేర్చుకోవడంలో, విభిన్న దృక్పథాలను అర్థం చేసుకోవడంలో మరియు పరిష్కారాలను కనుగొనడంలో సహాయపడుతుంది. విద్యార్థులను గుంపుగా పని చేయడానికి, ప్రాజెక్ట్‌లను పూర్తి చేయడానికి మరియు సమస్యలను పరిష్కరించడానికి ప్రోత్సహించండి.

- విద్యార్థుల భద్రత మరియు సౌకర్యాన్ని ప్రోత్సహించండి. విద్యార్థులు భద్రంగా మరియు సౌకర్యంగా భావించకపోతే, వారు నేర్చుకోవడంలో కష్టపడతారు. విద్యార్థుల మధ్య స్నేహపూర్వక మరియు మద్దతు ఇచ్చే వాతావరణాన్ని సృష్టించడానికి ప్రయత్నించండి.

సాక్షరత మద్దతు కోసం కుటుంబ మరియు సమాజ వనరులను ఉపయోగించడం

సాక్షరత అనేది ఒక వ్యక్తి యొక్క జీవితంలో ఒక ముఖ్యమైన నైపుణ్యం. ఇది మనకు మన చుట్టూ ఉన్న ప్రపంచాన్ని అర్థం చేసుకోవడానికి, సమాచారాన్ని యాక్సెస్ చేయడానికి మరియు కమ్యూనికేట్ చేయడానికి అనుమతిస్తుంది.

సాక్షరతను అభివృద్ధి చేయడంలో కుటుంబాలు మరియు సమాజం ముఖ్యమైన పాత్ర పోషిస్తాయి. కుటుంబాలు తమ పిల్లలకు చదివడం, రాయడం మరియు మాట్లాడటం యొక్క ప్రాముఖ్యతను నేర్పడం ద్వారా ప్రారంభించవచ్చు. వారు తమ పిల్లలను పుస్తకాలు, కథనాలు మరియు ఇతర పఠన పదార్థాలకు ప్రోత్సహించవచ్చు. వారు తమ పిల్లలతో కలిసి పఠించడం, వారి ప్రశ్నలకు సమాధానం ఇవ్వడం మరియు వారిని పుస్తకాల గురించి చర్చించడానికి ప్రోత్సహించడం ద్వారా సహాయం చేయవచ్చు.

సమాజం కూడా సాక్షరత మద్దతును అందించడంలో ముఖ్యమైన పాత్ర పోషిస్తుంది. ప్రభుత్వం, స్వచ్ఛంద సంస్థలు మరియు ఇతర సంస్థలు సాక్షరత కార్యక్రమాలు మరియు సేవలను అందిస్తాయి. ఈ కార్యక్రమాలు మరియు సేవలు వయస్సు, నైపుణ్య స్థాయి మరియు అవసరాల ఆధారంగా వివిధ రకాల ప్రజలకు అందుబాటులో ఉన్నాయి.

కుటుంబాలు మరియు సమాజం సాక్షరత మద్దతు కోసం కలిసి పని చేయడం ద్వారా, వారు అందరికీ సాక్షరత సాధించడానికి సహాయపడవచ్చు.

కుటుంబాలు మరియు సమాజం సాక్షరత మద్దతు కోసం ఉపయోగించగల కొన్ని వనరులు ఇక్కడ ఉన్నాయి:

- ప్రభుత్వ కార్యక్రమాలు: ప్రభుత్వం సాక్షరత కార్యక్రమాలను అందిస్తుంది, వీటిలో సాధారణంగా పాఠాలు, శిక్షణ మరియు మద్దతు ఉన్నాయి. ఈ కార్యక్రమాలు సాధారణంగా ఉచితం లేదా తక్కువ ఖర్చుతో కూడుకున్నవి.
- స్వచ్ఛంద సంస్థలు: స్వచ్ఛంద సంస్థలు కూడా సాక్షరత కార్యక్రమాలను అందిస్తాయి. ఈ కార్యక్రమాలు సాధారణంగా వయస్సు, నైపుణ్య స్థాయి మరియు అవసరాల ఆధారంగా వివిధ రకాల ప్రజలకు అందుబాటులో ఉన్నాయి.
- ఇతర సంస్థలు: కొన్ని సంస్థలు, ఉదాహరణకు, గ్రంథాలయాలు మరియు విద్యా సంస్థలు, సాక్షరత కార్యక్రమాలు మరియు సేవలను అందిస్తాయి.

విజయాలను జరుపుకుంటూ జీవితకాల అభ్యసన కోసం బలమైన భాగస్వామ్యాలను నిర్మించడం

జీవితకాల అభ్యసన అనేది మన జీవితాంతం నేర్చుకునే ప్రక్రియ. ఇది పాఠశాల, కళాశాల లేదా విశ్వవిద్యాలయం వెలుపల జరుగుతుంది. జీవితకాల అభ్యసనకు విజయం సాధించడానికి, మనం బలమైన భాగస్వామ్యాలను నిర్మించాల్సిన అవసరం ఉంది. ఈ భాగస్వామ్యాలు మనకు మద్దతు, మార్గదర్శకత్వం మరియు ప్రేరణను అందిస్తాయి.

విజయాలను జరుపుకుంటూ బలమైన భాగస్వామ్యాలను నిర్మించడానికి కొన్ని మార్గాలు ఇక్కడ ఉన్నాయి:

మీరు ఇప్పటికే ఉన్న సంబంధాలను ఉపయోగించండి. మీరు ఇప్పటికే పనిచేస్తున్న లేదా నేర్చుకుంటున్న వ్యక్తులతో మీ అభ్యసన లక్ష్యాల గురించి మాట్లాడండి. వారు మీకు మద్దతు మరియు ప్రేరణను అందించడానికి సంతోషిస్తారు.

మీరు భాగస్వామ్యం చేయగల కొత్త వ్యక్తులను కనుగొనండి. మీకు ఆసక్తి ఉన్న కోర్సులకు హాజరవ్వండి, సమావేశాలకు హాజరవ్వండి లేదా ఆన్‌లైన్ కమ్యూనిటీలలో చేరండి.

సహకారం కోసం కోరి. మీరు మీ అభ్యసన లక్ష్యాలను సాధించడంలో మీకు సహాయపడే వ్యక్తులను కనుగొనండి. మీరు ఒకరితో కలిసి పనిచేయవచ్చు, ఒక గుంపుగా పనిచేయవచ్చు లేదా మీ సహకారంపై ఆధారపడిన ప్రాజెక్ట్‌లో పాల్గొనవచ్చు.

విజయాలను జరుపుకుంటూ బలమైన భాగస్వామ్యాలను నిర్మించడం వల్ల మీరు:

- మీ అభ్యసన లక్ష్యాలను సాధించడానికి మరింత శక్తివంతంగా ఉంటారు.
- మీరు నేర్చుకునే ప్రక్రియను మరింత ఆనందించగలరు.
- మీరు మీ అభ్యసన నుండి మరింత ప్రయోజనం పొందగలరు.

విజయాలను జరుపుకుంటూ బలమైన భాగస్వామ్యాలను నిర్మించడం అనేది జీవితకాల అభ్యసనలో విజయం సాధించడానికి ముఖ్యమైన అంశం.

www.ingramcontent.com/pod-product-compliance
Lightning Source LLC
LaVergne TN
LVHW020431080526
838202LV00055B/5134
* 9 7 8 8 1 1 9 8 5 5 9 3 3 *